सफर कॉफी विश्वाची

देशोदेशीच्या कॉफीचा मागोवा

मृणाल तुळपुळे

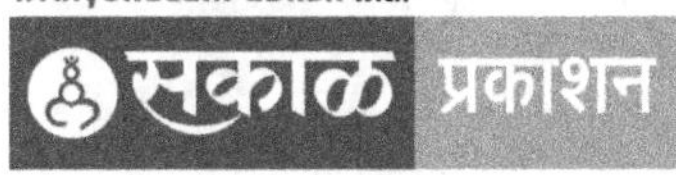

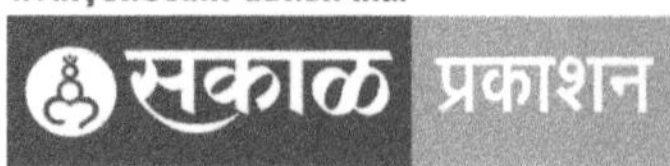

Safar – Coffee Vishwachi
© Mrinal Tulpule, 2024

सफर – कॉफी विश्वाची
© मृणाल तुळपुळे, २०२४

प्रथम आवृत्ती	:	जुलै २०२४
प्रकाशक	:	सकाळ मीडिया प्रा. लि.
		५९५, बुधवार पेठ,
		पुणे ४११ ००२
संपादन	:	ऐश्वर्या कुमठेकर
मुखपृष्ठ	:	शिवदास मोरे
मांडणी	:	स्वरूप क्रिएशन्स, पुणे
मुद्रणस्थळ	:	विकास प्रिंटिंग ॲण्ड कॅरिअर्स प्रा. लि.
		प्लॉट नं. ३२, एमआयडीसी, सातपूर, नाशिक
ISBN	:	978-81-977101-8-6
संपर्क	:	०२०-२४४० ५६७८ / ८८८८८ ४९०५०
		sakalprakashan@esakal. com

Disclaimer :
Although the author has taken every effort to ensure that the information in this book was correct at the time of printing, the author and publisher do not assume and hereby disclaim any liability to any party, society for any loss, damage, or disruption caused by errors or omissions, whether such errors and omissions are caused due to negligence, accident, amendment in Act, Rules, Bye laws or any other cause. The views expressed in this book are those of the Authors and do not necessarily reflect the views of the Publishers.

सर्व कॉफीप्रेमी
आणि
कॉफी शौकिनांना...

मनोगत

मला प्रवासाची अतिशय आवड आहे. संधी मिळेल तेव्हा वेगवेगळी ठिकाणे शोधून मी प्रवासाला जाते. माझ्या या सर्व प्रवासात खवय्येगिरी आणि वेगवेगळ्या ठिकाणची कॉफी पिणे हा महत्त्वाचा भाग असतो.

कॉफी म्हणजे माझे आवडते पेय. रोज एकाच चवीची कॉफी पिण्यापेक्षा वेगवेगळ्या प्रकारची आणि चवीची कॉफी पिऊन बघायला मला मनापासून आवडते. नवनवीन कॉफी हाऊसेस शोधायची आणि तेथील खास चवीची कॉफी प्यायची, हा माझा अगदी आवडता छंद आहे. कॉफीचे घोट घेत रस्त्यावरची गर्दी बघत, आजूबाजूला चाललेल्या गोष्टी न्याहाळत तो माहोल उपभोगण्यात एक वेगळीच मजा असते.

प्रत्येक देशाच्या कॉफी संस्कृतीनुसार तिथे वेगवेगळे कॉफीचे प्रकार बघायला मिळतात. 'जसा देश तसा वेष' असे म्हणतात, त्याप्रमाणे 'जसा देश तशी कॉफी' असेही असते. प्रत्येक देशातील कॉफीला वेगळे नाव, ती करण्याची पद्धत वेगळी, पिण्याची पद्धत वेगळी आणि चवही वेगळी. एवढेच काय तर ती कधी द्यायची, कशातून प्यायची आणि किती प्यायची याची गणिते देखील ठरलेली असतात. माझ्या देशोदेशीच्या सफरीमध्ये प्रत्येक दिवशी आणि प्रत्येक ठिकाणी कॉफीबद्दलचे नवे अनुभव मिळतात आणि नव्या कहाण्या ऐकायला मिळतात.

इथिओपियाला न जाता जोहान्सबर्गला 'इथिओपियन कॉफी समारंभ' बघायला मिळणे, माँटे कार्लोच्या कॅफेमध्ये आधी आरक्षण न करता जाणे, टर्कीमधील कॅफेमध्ये 'कॉफीवरून भविष्य' ऐकणे, किंवा बालीमध्ये जगातील सर्वांत महाग 'कोपी लुवाक' पिऊन बघणे हे माझ्यासाठी अगदी खास असे अनुभव होते.

मी कॉफीची माहिती फार खोलात जाऊन न लिहिता मला आलेले कॉफीबद्दलचे अनुभव लिहिण्यावर जास्त भर दिला आहे. असे अनुभव ज्या ज्या देशात आले त्या देशाची वाचकांना माहिती असेल तर तेथील कॉफीची लज्जत नक्कीच वाढेल, असे मला वाटते. त्यामुळे पुस्तकात मी कॉफीच्या जोडीने त्या त्या देशाची थोडी फार माहिती लिहिली आहे. कॉफीचा उगम ज्या देशात झाला त्या इथिओपिया देशाची, जागतिक क्रमवारीत पहिला नंबर पटकावणाऱ्या 'कॅफे क्युबाना' ज्या देशातली आहे, त्या क्यूबाची तसेच या देशांबद्दल मी मुद्दाम लिहिले आहे.

मला कॉफीमुळे आलेले अनुभव, छान छान आठवणी व मी गोळा केलेली कॉफीबद्दलची माहिती माझ्यासारख्या इतर कॉफी शौकिनांबरोबर शेअर करावी, असे बरेच दिवस मनात होते. आज ते पुस्तकरूपात वाचकांपर्यंत पोहोचवण्यात मला खूप आनंद होत आहे.

पुस्तक प्रक्रियेदरम्यान संपादक ऐश्वर्या कुमठेकर, मांडणीकार गौरी खराडे, मुखपृष्ठकार शिवदास मोरे यांचे सहकार्य मिळाले. सकाळ प्रकाशनाचे प्रमुख आशुतोष रामगीर व सहकारी अमृता देसर्डा यांनी केलेल्या सहकार्याबद्दल त्यांचेही मनापासून आभार!

मृणाल तुळपुळे

अनुक्रमणिका

कॉफी रेसिपीज

१

अशी ही कॉफी

'ती' आणि मी

'ती' आणि मी, आमची दोस्ती इतकी जुनी आहे की, त्याला किती वर्षे झाली, ते आता आठवत सुद्धा नाही. सुरुवातीला आमची फक्त दोस्ती होती. त्यावेळी ती अधून मधून भेटायची. शाळेचे दिवस संपून कॉलेजच्या विश्वात प्रवेश केला आणि आम्ही रोजच भेटू लागलो. हळूहळू आमची मैत्री फुलत गेली.

कॉलेजच्या दिवसांत अभ्यास करताना तिची सोबत हवीहवीशी वाटायची. परीक्षा जवळ आल्यावर रात्री जागून अभ्यास करताना ती सोबत असली की, अभ्यास छान होई. परीक्षेला जाताना तिच्या साथीमुळे उत्साह मिळे तर पेपर संपल्यावर आलेला शीण घालवायला तिच्या सोबतीची जरूर भासत असे. रोज कॉलेजला जाताना, कॉलेजच्या कॅंटीनमध्ये, 'वैशाली'

हॉटेलमध्ये डोसा खायला गेल्यावर आणि मैत्रिणींचा गप्पांचा अड्डा बसल्यावर त्यात ती हमखास असायचीच. त्यामुळे तिची आम्हा सर्वांशीच छान मैत्री झाली होती. आजही जेव्हा आम्ही जुने मित्र मैत्रिणी भेटतो तेव्हा तिच्या सोबतीने जुन्या आठवणी ताज्या होऊन आमच्या गप्पा रंगतात.

आता तर काय, दिवसातून एकदा भेटणे पुरेसे नसल्याने आम्ही वारंवार भेटतो. मला तर तिच्याशिवाय करमतच नाही. माझी दिवसाची सुरुवात आणि शेवट तिच्या सोबतीनेच होतो. कोणतेही काम करताना किंवा लिहायला बसल्यावर तिची साथ सोबत असली तर ते काम पटापट होते. पत्ते खेळताना, पुस्तक वाचताना किंवा टीव्ही बघताना तिच्या सोबतीने सर्वांचा जरा जास्तच आनंद लुटता येतो. कधी मन उदास झाले, कंटाळा आला किंवा खूप थकायला झाले तर तिच्या साथीची जरूर प्रकर्षने जाणवते. माझी ही जिवाभावाची मैत्रीण दुसरी तिसरी कोणी नसून कॉफी आहे

मला वाटते कॉफी ही चांगल्या मित्रमैत्रिणीसारखी असते. जीवनात आनंद भरणारी, आनंदाच्या प्रसंगी तो द्विगुणित करणारी, कठीण प्रसंगात धीर देणारी, मनाला उभारी देणारी आणि कायम हवीहवीशी वाटणारी.

अशी ही कॉफी. तिचा इतिहास आणि तिचा जगभर झालेला प्रवास तिच्याइतकाच उत्साहवर्धक आहे; पण फारच थोड्या कॉफी शौकिनांना या पेयाची खरी ओळख झालेली आहे. कॉफीची आवड असणारे आणि रोज आवडीने कॉफी पिणारे लोक खूप आहेत. पण त्या पेयाला 'कॉफी' हे नाव का मिळाले? कॉफीचा उगम कुठला? कॉफी पावडर कशापासून तयार करतात? या गोष्टींबद्दल त्यांना फारशी माहिती नसते.

म्हणूनच आता कॉफीबद्दल सर्व काही जाणून घेऊ या.

कॉफीचा इतिहास

कॉफीचा शोध कसा लागला, याबद्दल इथिओपियामध्ये एक गमतीदार गोष्ट सांगण्यात येते. एके दिवशी कालदी नावाचा मेंढपाळ नेहमीप्रमाणे आपल्या मेंढ्या जंगलात चरायला घेऊन गेला. चरता चरता त्याला त्याच्या मेंढ्या जंगलातील एका झुडपावर लागलेली लाल फळे खाताना दिसल्या. थोड्या वेळाने त्याच्या असे लक्षात आले की ती फळे खाल्लेल्या मेंढ्या नेहमीपेक्षा जास्तच बागडायला आणि उड्या मारायला लागल्या आहेत. त्याबद्दल कुतुहल वाटून कालदीने स्वत: ती फळे खाऊन बघितली व त्यानंतर त्याला सुद्धा उत्साही आणि आनंदी वाटू लागले.

कालदी संध्याकाळी घरी परत येताना आपल्याबरोबर त्यातली थोडी फळे बरोबर घेऊन आला व गावातील लोकांना त्याबद्दल सांगितले. बऱ्याच जणांना तो वात्रटपणा वाटला; पण त्यातल्या काहींनी कालदीवर विश्वास ठेवून ती फळे खाऊन बघितली. त्या फळात नक्कीच काहीतरी उत्साहवर्धक गुण आहेत, याची त्यांना प्रचिती आली.

अशीच एक दुसरी गोष्ट म्हणजे फार पूर्वी संन्यासी व सूफी लोक त्यांच्या दिवस रात्र चालणाऱ्या प्रार्थनेसाठी जागे राहता यावे, यासाठी अशीच लाल रंगाची फळे खात असत, असे वाचनात आले. अर्थात, या झाल्या सगळ्या ऐकीव कथा.

वनस्पतीशास्त्रात मिळालेल्या पुराव्यानुसार कॉफीचा उगम हा आफ्रिका खंडातील इथिओपिया देशातला मानला जातो. इथिओपिया ही कॉफीची जन्मभूमी समजली जाते. तेथील 'काफा' भागात सर्वप्रथम ही उत्तेजक गुणधर्म असलेली फळे सापडली व त्यावरून त्याला 'कॉफी' हे नाव पडले असावे असा अंदाज केला जातो. काफा भागात कॉफीची झाडे नैसर्गिकरित्याच उगवलेली होती; पण त्या झाडांची लागवड सर्वप्रथम येमेनमध्ये केली गेली. तेथून प्रवासी व व्यापारी लोकांमार्फत कॉफीच्या बिया मक्का, टर्की, इजिप्त अशा ठिकाणी पोहोचल्या व तिथे त्याची मोठ्या प्रमाणावर लागवड झाली.

या कॉफीच्या बिया उकळून त्यापासून त्यापासून गरम पेय तयार करण्याचे श्रेय अरब लोकांना दिले जाते. अशा तऱ्हेने तयार केलेल्या पेयाला म्हणजेच कॉफीला अरबी भाषेत 'काहवा' असे म्हणतात. अरब लोकांनी आपली काहवा आणि कॉफीच्या झाडांविषयीची माहिती अनेक वर्षे गुप्त ठेवली होती. कालांतराने ही झाडे व त्याबद्दलची माहिती अनेक मार्गांनी बाहेर गेली. सतराव्या शतकाच्या सुमारास इटलीचा उत्तर आफ्रिकी देशांशी मोठ्या प्रमाणावर व्यापार चालू होता. एक व्हेनेशियन व्यापारी त्या निमित्ताने इजिप्तमध्ये आला असताना त्याने तिथे कॉफी पिऊन बघितली. त्याला ती कॉफी खूपच आवडली; पण व्यापाराच्या दृष्टिकोनातून कॉफी आयात करणे अतिशय फायदेशीर ठरेल असे त्याच्या चाणाक्ष मनाने हेरले. त्यामुळे व्हेनिसला परत जाताना त्याने आपल्याबरोबर खूप सारी कॉफी नेली. व्हेनिसहून ती हा हा म्हणता इतर युरोपीय देशात गेली. तिथे ती अरेबियन वाईन म्हणून ओळखली जाऊ लागली.

ब्राझील, अमेरिका, इंग्लंड या देशात कॉफी कशी पोहोचली, याबद्दल निरनिराळ्या कहाण्या सांगितल्या जातात. यातला खरेखोटेपणा माहीत नाही; पण अरब जगतातून युरोपमध्ये व तिथून तो इतर देशात कॉफीचा प्रसार झाला व अल्पावधीतच ते पेय सर्वत्र अतिशय लोकप्रिय झाले, हे मात्र नक्की.

कॉफी बीन्स

सदाहरित अशा कॉफीच्या झुडपाचे शास्त्रीय नाव 'कॉफिया अरेबिका' असून ते सर्वसाधारणपणे १५ ते २० फूट उंचीपर्यंत वाढते. हे झुडूप काळपट हिरव्या पानांनी कायम भरलेले असते. कॉफीचे झाड लावल्यापासून तीन ते साडेतीन वर्षांत त्यावर मंद सुवास असलेल्या पांढऱ्याशुभ्र फुलांचे झुबके येतात व नंतर त्याला फळे धरू लागतात. ही फळे म्हणजेच कॉफी बेरीज. सुरुवातीला हिरव्या रंगाच्या असणाऱ्या या बेरीज पिकायला लागल्या की, त्याला पिवळट व पूर्णपणे पिकल्यावर त्याला लालचुटुक रंग येतो. वाळल्यावर त्या काळसर रंगाच्या होतात. अशा हिरव्या पिवळ्या व लाल बेरीजचे घोसच्या घोस लगडलेली कॉफीची झाडे फारच मोहक दिसतात. या बेरीज लंबगोलाकृती असून त्याचे साल जाड व कडवट चवीचे असते. बेरीतला गर मात्र गोडसर चवीचा असतो. प्रत्येक बेरीमध्ये हिरवट करड्या रंगाच्या दोन बिया असतात. त्यांची एक बाजू सपाट व दुसरी बाजू फुगीर असून प्रत्येक बीची सपाट बाजू दुसऱ्या बीच्या सपाट बाजूवर चिकटलेली असते. या बियांवर संरक्षक कवच म्हणून चिकटसर असे एक पातळ आवरण असते. त्यामुळे पिकलेली कॉफीची फळे एका बाजूने दाबली असता त्यातील बिया दुसऱ्या बाजूने सहज बाहेर पडतात.

कॉफीच्या झुडपावर एकाच वेळी फुले, कच्ची फळे व पिकलेली फळे असू शकतात, त्यामुळे बेरीज काढण्याचे काम बरेच दिवस चालते. ही फळे शक्यतो हातानेच खुडून त्याच्या आकारानुसार व रंगानुसार त्यांची वर्गवारी करण्यात येते. प्रत्येक झाडापासून दरवर्षी साधारणपणे पाऊण ते एक किलो वजनाच्या बिया मिळतात. या कॉफीच्या बिया म्हणजेच कॉफी बीन्स व आपण वापरत असलेली कॉफी म्हणजे या बियांची भुकटी.

विषुववृत्ताच्या आसपासच्या भागातील हवामान कॉफीच्या पिकाला अतिशय पोषक असे असून त्या भागात कॉफीच्या झाडांची उत्तम वाढ होते. कॉफीच्या

संदर्भात हा भाग 'बीन बेल्ट' म्हणून ओळखला जातो. बियांपासून तयार केलेली कॉफीची रोपे ठराविक अंतर राखून एका ओळीत लावली जातात. कॉफीची लागवड शक्यतो डोंगरउतारावर केली जाते. पूर्वी ही झाडे मुद्दाम सावलीत लावली जात; पण आता शेतीच्या प्रगत ज्ञानामुळे कॉफीची लागवड मध्यम प्रतीच्या उन्हात केली जाते. त्याला विशिष्ट प्रकारची खते घातली जातात. त्यामुळे पीक तर जास्त येतेच; पण झाडावरील फळे देखील लवकर पिकतात. सावलीत लावलेल्या झाडांवरील फळे पिकायला त्या मानाने जास्त वेळ लागतो व पीकही जरा कमी येते; पण सावलीत लावलेल्या बियांपासून तयार केलेल्या कॉफीची चव निश्चितच वेगळी व स्वादिष्ट असते.

कॉफी ज्या भागात पिकते, त्या भागाची उंची व तेथील हवामानाचा बियांच्या चवीवर आणि स्वादावर परिणाम होतो. भारतात पिकणाऱ्या कॉफीची चव इथिओपियामध्ये पिकणाऱ्या कॉफीपेक्षा निश्चितच वेगळी असते. अरेबिका व रोबस्टा हे कॉफीच्या बियांचे मुख्य प्रकार आहेत. इथिओपियामध्ये नैसर्गिकरित्या आलेली कॉफीची झाडे अरेबिका प्रकारची होती. आज जगातील ९०% कॉफी या दोन प्रकारची असते व उरलेले १०% इतर प्रकार असतात. अरेबिका ही उत्तम प्रकारची कॉफी समजली जाते. त्याला उत्तम वास तर असतोच; पण त्यापासून तयार केलेली कॉफी अतिशय चविष्ट होते. त्यामानाने रोबस्टा ही जरा कमी स्वादाची व कडसर चवीची असते. अरेबिकापेक्षा त्यात कॅफिनचे प्रमाण देखील जास्त असते. रोबस्टा कॉफीचा महत्त्वाचा गुणधर्म म्हणजे ती जास्त दळदार असल्यामुळे त्यापासून तयार केलेल्या कॉफीला चांगला फेस येतो.

पी बेरीज

बहुतेक सगळ्या कॉफीच्या बेरीमध्ये दोन बिया असतात; पण ५ ते ८ % बेरीजमध्ये फक्त एकच बी असते. काही बेरीजमध्ये एकच बी का असते, याचे कारण तसे अज्ञातच आहे. या बीचा आकार मटारच्या दाण्यासारखा फुगीर असल्यामुळे तिला 'पी बेरी' असे म्हटले जाते. पी बेरीजना नेहमीच्या कॉफीच्या बियांपेक्षा वेगळी व उत्तम चव आणि गंध असल्यामुळे त्यांना प्रचंड मागणी असते. त्या अतिशय कमी प्रमाणात मिळत असल्याने त्यांची किंमतही भरपूर असते.

बहुतेक पी बेरीज या टांझानिया व ग्वाटेमालाहून येतात.

ग्रीन कॉफी

सध्या ग्रीन टी प्रमाणेच ग्रीन कॉफी देखील खूप चर्चेत आहे. संशोधनाअंती असे लक्षात आले आहे की ग्रीन कॉफी हा पोषक तत्त्वांचा खजिना असून त्यामध्ये मोठ्या प्रमाणात अँटिऑक्सिडंट्स आहेत.

कॉफीच्या हिरव्या रंगाच्या बिया म्हणजेच ग्रीन बीन्स. हिरवी कॉफी तयार करण्यासाठी कॉफीच्या झाडावरून हिरव्या रंगाच्या बिया काढल्या जातात. त्यानंतर त्यांचा रंग बदलणार नाही अशा बेताने त्या हलक्या भाजल्या जातात व त्या दळून त्याची पूड केली जाते. काही वेळा हिरव्या बिया न भाजताच त्याची पूड केली जाते. थोडक्यात कॉफीच्या बियांचा हिरवा रंग कायम ठेवून त्यापासून तयार केलेली कॉफी म्हणजे ग्रीन कॉफी. ग्रीन कॉफी दोन प्रकारे तयार केली जाते. पहिल्या प्रकारात हिरव्या बिया रात्रभर पाण्यात भिजवून ठेवल्या जातात. साधारणपणे एक चमचाभर ग्रीन बीन्स एक कप पाण्यात भिजवणे योग्य ठरते. सकाळी बियांसकट ते पाणी उकळून व गाळून प्यायले जाते. दुसरा प्रकार म्हणजे ग्रीन बीन्सच्या पावडरपासून तयार केलेली कॉफी. त्यासाठी चमचाभरून कॉफी पावडर एक कप पाण्यात दोन ते तीन तास भिजत ठेवली जाते व नंतर उकळून गाळून प्यायली जाते.

ग्रीन कॉफीमध्ये शक्यतो साखर किंवा दूध घातले जात नाही. आरोग्याच्या दृष्टीने ग्रीन कॉफीचे अनेक फायदे असून त्यासाठी ती तशीच कोरी प्यायली जाते. ग्रीन कॉफी शरीरातील अतिरिक्त चरबीचे वर्गीकरण करण्याचे काम करते व चयापचय नियंत्रित करते. ग्रीन कॉफीच्या सेवनाने शरीरातील रोगप्रतिकार शक्ती वाढते. तसेच ती पिणे मधुमेही व हृदय रोग असणाऱ्यांना फायदेशीर ठरते. आहारतज्ज्ञांच्या मते वजन कमी करण्यासाठी सकाळी रिकाम्या पोटी ग्रीन कॉफी प्यावी. त्यानंतर तासभर काही खाल्ले नाही तर ती अधिक चांगले कार्य करते व वजन वेगाने कमी होण्यास मदत होते.

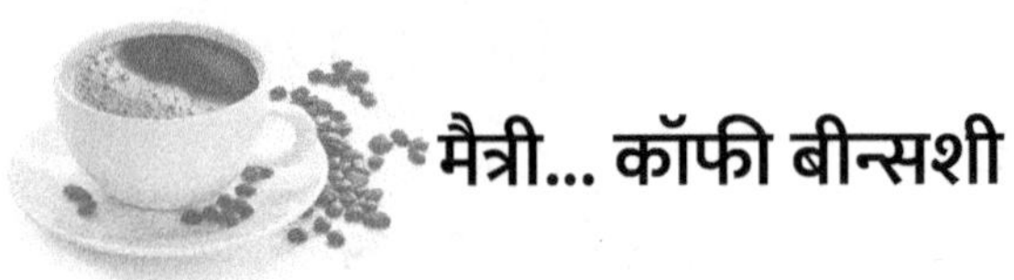

मैत्री... कॉफी बीन्सशी

एका कॉफी हाऊसमध्ये गेले असता मेन्यू कार्डवरील एका कॉफीला 'प्राईड ऑफ इथिओपिया' असे अगदी हट के नाव दिलेले दिसले. मग काय, मी ती कॉफी लगेचच ऑर्डर केली. अप्रतिम स्वादाची आणि चवीची ती कॉफी संपल्यावर लक्षात आले की कपाच्या तळाशी टॉफीसारखे काहीतरी आहे. मी चमच्यात घेऊन ते काय आहे, हे बघायला लागले, तर ती माझ्याकडे बघून हसली आणि मला म्हणाली, ''इतकी वर्षे कॉफी पीत आहेस आणि मला ओळखले नाहीस? कमाल आहे तुझी! अग मी कॉफी बीन, म्हणजेच कॉफीची बी.''

''कॉफीची आवड असणारे आणि मनापासून कॉफी पिणारे तुझ्यासारखे खूप लोक आहेत; पण त्यांना कॉफीबद्दल फार काही माहिती नसते.''

मी म्हणाले ''कॉफी हे एक उत्साहवर्धक पेय आहे व ते कॉफीच्या बियांपासून तयार करतात एवढी माहिती मला आहे. तू आणखी काही वेगळे सांगणार आहेस का?''

हे ऐकल्यावर कॉफी बी मनापासून हसली आणि म्हणाली, ऐक...

''तुमच्या समोर ज्या कॉफीच्या बिया येतात त्या बराच लांबचा प्रवास करून आलेल्या असतात. त्या प्रवासातील प्रत्येक टप्प्यात त्यांना वेगवेगळ्या प्रक्रियांमधून जावे लागते. फार पूर्वी कॉफीच्या बेरीज झाडावरून तोडल्या की, उन्हात पसरून वाळायला ठेवत असत. वरच्या सालाला काळपट तपकिरी रंग आला व आतल्या बिया खुळखुळ्यासारख्या वाजायला लागल्या की त्या पूर्णपणे वाळल्या असे समजत. मग वरचे साल काढून त्या बिया वापरल्या जात.

हल्ली मात्र या पद्धतीत आमूलाग्र बदल झाला आहे. झाडावरच्या बेरीज काढल्या की चोवीस तासांच्या आत त्यातला गर काढून बिया वेगळ्या केल्या जातात. त्यानंतर या बिया दोन दिवस फरमेंटेशन टँकमध्ये बुडवून आंबवल्या जातात. या प्रक्रियेत बियांवरचे पातळ आवरण निघून जाते. आंबलेल्या बिया भरपूर पाणी वापरून धुतल्या जातात. बिया दोनतीन वेळा पाण्यात खळबळून काढल्या की त्यावरचे आंबलेले कण निघून जाऊन त्या स्वच्छ होतात. अशा स्वच्छ झालेल्या बिया वाळवल्या जातात व नंतर त्यांची वर्गवारी करण्यात येते.

कॉफी बीन्सवरील सर्वांत महत्त्वाची प्रक्रिया म्हणजे त्या भाजणे. उत्कृष्ट चवीची व स्वादाची कॉफी तयार करण्यासाठी कॉफीच्या बिया योग्य तऱ्हेने भाजण्याची जरूरी असते. कॉफीच्या बिया भाजणे ही एक कला मानली जाते. त्या व्यवस्थित भाजल्या गेल्या आहेत का नाहीत हे 'रोस्ट मास्टर'ची तयार नजर ओळखतेच; पण त्या भाजताना त्यातून येणारा आवाज, त्याचा सुटणारा वास व त्या भाजायला लागणारा वेळ या गोष्टींकडेही त्यांना अतिशय बारकाईने लक्ष द्यावे लागते.

कॉफी बीन्स भाजताना त्यात रासायनिक तसेच इतर अनेक बदल घडून येतात. बिया गरम व्हायला लागल्या की त्या तडकतात व त्यातला ओशटपणा बाहेर पडतो. याला 'कॅफॉईल' म्हणतात व त्याचा जो वास सुटतो तो कॉफीचा गंध म्हणजेच अरोमा. भाजण्याच्या प्रक्रियेत बिया फुलून येतात व त्यांचा आकार जवळजवळ दुप्पट होतो. त्यांना प्रथम तपकिरी व नंतर काळपट रंग येतो.

कॉफीच्या प्रकारानुसार त्या किती वेळ भाजायच्या हे ठरलेले असते. तयार होणाऱ्या कॉफीला कसा स्वाद व चव हवी आहे त्यानुसार त्या कमी जास्त प्रमाणात भाजतात. योग्य प्रमाणात भाजलेल्या बियांचा वास व स्वाद चांगला असतो; पण त्यामानाने कमी भाजलेल्या बियांना सौम्य वास असतो. अशा कमी जास्त प्रमाणात भाजलेल्या बियांना 'सिटी रोस्ट', 'व्हिएन्नीज रोस्ट', 'फ्रेंच रोस्ट' अशी नावे आहेत. 'सिनॅमन रोस्ट' या प्रकारात बियांना भाजल्यावर दालचिनीसारखा रंग येतो. बहुतेक प्रकारची कॉफी सर्वसाधारणपणे याच रंगावर भाजली जाते. एस्प्रेसो सारख्या प्रकारात मात्र बिया काळपट रंगावर भाजल्या जातात. भाजल्यानंतरचा महत्त्वाचा टप्पा म्हणजे त्या भाजलेल्या बिया दळणे वा त्याची पूड करणे. बिया एकसारख्या दळल्या गेल्या की कॉफी जास्त चांगल्या चवीची बनते.''

खरंच, त्या कपातल्या कॉफी बीनने किती छान माहिती सांगितली. मी त्याबद्दल तिचे मनापासून आभार मानले. आता आमची दोघांची चांगली मैत्री झाली आहे, हे वेगळे सांगायला नको!

एक कप कॉफी

पावसाची रिमझिम सुरू होते, हवेत सुखद गारवा जाणवू लागतो, अंगावर उबदार कपडे येतात आणि मग अशावेळी गरमागरम वाफाळती कॉफी प्यायची हुक्की येते. गुलाबी थंडीच्या जोडीने त्या कॉफीचा मंदसा वास, क्वचित कोड्यात पाडणारा पण अपूर्व असा स्वाद सगळे वातावरण धुंद करून टाकतो. त्या वातावरणात गरम कॉफीचे दोन घुटके घेतले तरी तिची उब जाणवते आणि थंडीमुळे सुस्तावलेल्या मनाला एक प्रकारची तरतरी येऊन उत्साही वाटायला लागते.

जगभरातील सर्व देशांतील सर्व वयाच्या लोकांना कॉफी आवडते. आज जगभरात रोज लाखो कप कॉफी प्यायली जाते, यावरून एक पेय म्हणून कॉफीने किती लोकप्रियता मिळवली आहे, ते लक्षात येते. अर्थात, प्रत्येक ठिकाणी ती वेगवेगळ्या प्रकाराने तयार केली व प्यायली जाते हा भाग निराळा! काही जणांना कॉफीची चव, स्वाद व वास मनापासून आवडतो म्हणून ते कॉफी पितात. तर काही लोकांच्या लेखी सकाळी उठल्यावर प्यायचे एक पेय, एवढीच तिची व्याख्या असते.

कॉफीने सामाजिक देखाव्यावर सुद्धा आपला असा एक ठसा उमटवला आहे असे दिसून येते. कॉफीमध्ये समाजातील लोकांना एकत्र आणण्याचा व त्यांना एकमेकांशी जोडून ठेवण्याचा गुण आहे. जेव्हा खूप वर्षांनी आपल्या ओळखीची व्यक्ती अचानक रस्त्यात भेटते तेव्हा आपण चटकन म्हणतो, ''चल कॉफी घेऊ या.'' मग त्या कॉफीच्या संगतीने जुन्या आठवणी ताज्या होतात आणि गप्पा देखील रंगतात. हल्ली सकाळी फिरायला जाणारी उत्साही मंडळी तसेच विविध गटातील बायका व पुरुष यांचे कॉफी ग्रुप्स, कॉफी क्लब वा कॉफीचे अड्डे असतात. कॉफीच्या निमित्ताने ते सर्वजण एकत्र जमतात व कॉफी घेत आपला वेळ आनंदात व्यतीत करतात. आपल्याकडे हल्ली अशी कट्टा संस्कृती वाढते आहे; पण ती बहरते आहे ती त्याच्या जोडीला असलेल्या कॉफीमुळे.

मनुष्याच्या भावविश्वात देखील कॉफीने महत्त्वपूर्ण स्थान मिळवले आहे. प्रतिभावंतांना, लेखकांना, चित्रकारांना व कवींना स्फूर्ती देण्याची किमया कॉफीमध्ये आहे. आनंदाच्या व दु:खाच्या क्षणी तर तिची सोबत नक्कीच हवीहवीशी वाटते.

''थोडी कॉफी घे म्हणजे बरे वाटेल.'' हे तर नेहमीच्या पठडीतील वाक्य आहे.

अशा या सर्वमान्य पेयाबद्दल एका पाश्चात्य देशातल्या कॉफी हाऊसमध्ये असे वाचनात आले की 'कॉफी जरी सैतानासारखी काळीकुट्ट, मरणासारखी कडक आणि नरकासारखी गरमागरम असली तरी तिच्यात देवदूतासारखी पवित्रता आणि शुद्धता तसेच प्रेमाचा गोडवा उतरलेला असतो.' कॉफीच्या या वर्णनात आपल्याला जरी अतिशयोक्ती वाटत असली तरी त्यात बरेच तथ्य आहे, असेही लक्षात येते.

चहा, फ्रूट ज्यूस वा इतर पेयांसाठी टी हाऊसेस, ज्यूस बार अशा खास जागा असतात; पण त्यांना कॉफी हाऊसची सर नाही. आपल्याकडे दिवसेंदिवस कॉफी हाऊस संस्कृती वाढत असून वेगवेगळ्या कॉफी हाऊसना भेट देणे हा एक सामाजिक प्रतिष्ठेचा भाग आहे.

कॉफी पिणारा माणूस आपल्या पेयाशी एकनिष्ठ असतो. तो सहसा चहा पिण्याच्या भानगडीत पडत नाही; पण चहा पिणारी व्यक्ती मात्र अधून मधून कॉफी घेते. कॉफी पिणाऱ्या प्रत्येकाने आपल्या कॉफीची चव ठरवलेली असते. कोणत्या प्रकारची कॉफी घ्यायची, त्यात किती दूध साखर घालायची, हे त्याच्या आवडीप्रमाणे ठरलेले असते. प्रत्येक माणसागणिक कॉफीची चव आणि प्रकार वेगळा असतो.

या सर्वांनाच जर कॉफीची खरी ओळख झाली तर ते पीत असलेल्या कॉफीची लज्जत आणखी वाढेल, हे मात्र नक्की!

२

कॉफीचे प्रकार

इन्स्टंट कॉफी

इन्स्टंट कॉफी म्हणजे झटपट आणि सहज तयार होणारी कॉफी. करायला अगदी सोपी, उकळायला नको की गाळायला नको. गरम पाणी व दुधाच्या मिश्रणात घातली की त्यात ती लगेच विरघळते आणि स्वादिष्ट चवीची कॉफी तयार होते. त्यामुळेच इन्स्टंट कॉफीला 'झटपट कॉफी', 'लगेच विरघळणारी कॉफी' अशा उपाधी मिळाल्या आहेत.

इन्स्टंट कॉफीचा शोध जरी जुना असला तरी त्याची लोकप्रियता मात्र दुसऱ्या महायुद्धानंतरच वाढली. सुरुवातीला इन्स्टंट कॉफी एकप्रकारची रासायनिक भुकटी असते, असा लोकांचा गैरसमज झाला होता. खरे तर इन्स्टंट कॉफी ही साधीसुधी कॉफी असून भाजून दळलेल्या कॉफीचा अर्क वाळवून ती तयार केली जाते. सध्याच्या दिवसात सर्वांत जास्त वापरात असणारा असा हा कॉफीचा प्रकार आहे.

एकोणिसाव्या शतकाच्या सुरुवातीला शिकागो येथे काम करत असलेल्या सातोरी कासो नावाच्या शास्त्रज्ञाने इन्स्टंट कॉफीचा शोध लावला असे मानले जाते. त्याने तयार केलेल्या इन्स्टंट कॉफीची लोकांना सर्वप्रथम पॅन अमेरिकन या

प्रदर्शनात ओळख करून दिली. त्यावेळी लोकांना कॉफीचा हा प्रकार फारच पसंत पडल्यामुळे कालांतराने ती व्यावसायिक दृष्टीने तयार करण्यात आली.

इन्स्टंट कॉफी ही नेहमीच्या कॉफीच्या बियांवर काही प्रक्रिया करून तयार केलेली असते. अर्थात इन्स्टंट कॉफी तयार करण्याची ही पद्धत काही अनाकलनीय किंवा गूढ अशी अजिबातच नसते. त्यात कोणत्याही प्रकारचे पदार्थ मिसळले जात नाहीत किंवा कोणतीही रासायनिक प्रक्रिया केली जात नाही. भाजून दळलेल्या कॉफीच्या बिया उकळवून त्यातले विद्राव्य म्हणजेच द्रवात विरघळणारे घटक काढून घेतले जातात. थोडक्यात सांगायचे झाले तर उकळलेल्या कॉफीतील पाण्याचा अंश काढून ती वाळवली जाते.

इन्स्टंट कॉफी तयार कारण्यातली पहिली पायरी म्हणजे पाण्यात उकळवलेली कॉफी पसरट भांड्यात ठेवली जाते. यथावकाश त्यातली कॉफीची भुकटी तळाशी बसते आणि वरचे पाणी नैसर्गिक रित्या उडून जाते. खाली उरतो तो कॉफीचा काढा किंवा अर्क. हा अर्क वाळवण्याच्या दोन पद्धती आहेत. त्यातली एक म्हणजे 'व्हॅक्युम इव्हॅप्युरेशन' व दुसरी म्हणजे 'फ्रीझ कॉन्संट्रेशन'.

फ्रीझ ड्राईंगमध्ये कॉफीचा अर्क -४० सेल्सियसला गोठवला जातो. त्या अर्कात जो पाण्याचा अंश राहिलेला असतो त्याचे बर्फाच्या कणात रूपांतर होते. पाण्याचा अंश जसा नैसर्गिकरित्या उडून जातो तशीच काहीशी पद्धत बर्फाचे कण नष्ट होण्यासाठी वापरली जाते. त्या प्रक्रियेला sublimation / उदत्तीकरण म्हणतात. या प्रक्रियेनंतर जी कोरडी व दाणेदार अशी कॉफी शिल्लक रहाते त्याला फ्रीझ ड्राईड कॉफी म्हटले जाते.

स्प्रे ड्राईंगमध्ये कॉफीचा अर्क उंचावरून एका गरम हवा सोडलेल्या मोठ्या चेंबर ड्रममध्ये फवारला जातो. फवाऱ्यातील कॉफीचे थेंब खाली पडत असताना ड्रममधल्या उष्णतेमुळे त्यातल्या पाण्याच्या अंशाचे बाष्पीभवन होते व कॉफीचे वाळलेले कण खाली पडतात. ड्रममध्ये खूप उष्णता असल्यामुळे पाण्याच्या अंशाबरोबर कॉफीच्या थेंबातील ओशटपणा उडून जातो. याचा परिणाम म्हणजे तयार इन्स्टंट कॉफीचा स्वाद खूपच कमी होतो.

कॅफिन-विरहित कॉफी

डिकॅफ म्हणजेच कॅफिन विरहित कॉफी. तिला जरी कॅफिन विरहित म्हटले आहे तरी ती पूर्णपणे कॅफिन विरहित नसते. किंवा कॅफिनपासून पूर्णपणे मुक्त नसते. कॉफी बीन्समधील कॅफिन काढून टाकण्याचे अनेक मार्ग आहेत. त्यामुळे नेहमीच्या कॉफीच्या तुलनेत डिकॅफ कॉफीत कॅफिनचे प्रमाण अतिशय कमी असते, त्यात नेहमीच्या कॉफीपेक्षा ९९% कमी कॅफिन असते.

जास्त कॉफी पिणे चांगले नाही असे नेहमीच म्हटले जाते व त्याचे मुख्य कारण म्हणजे कॉफीत असलेले कॅफिन. हे कॅफिन शरीराला हानीकारक ठरू शकते. कॉफीमधील कॅफिन या अल्कलाईडमुळे काही लोक जास्त उत्तेजित होतात व त्याचा त्यांना त्रास होतो. यावर उपाय म्हणून कॅफिन काढून टाकलेला कॉफीचा एक प्रकार प्रचारात आला. ज्या व्यक्ती जास्त प्रमाणात कॉफी पितात, त्यांच्यासाठी कॅफिन विरहित कॉफी ही एक खास कॉफी ठरली आहे

जास्त कॉफी प्यायल्याने शरीरातील कॅफिनचे प्रमाण वाढते व त्यामुळे अनेक समस्या निर्माण होऊ शकतात. या उलट कॅफिन विरहित कॉफीचे सेवन शरीराला फायदेशीर ठरते. कारण त्यात अनेक अँटीऑक्सिडंट गुण असतात. त्यामुळे शरीराची रोगप्रतिकारक शक्ती वाढण्यास मदत होते. या कॉफीमुळे रक्तातील इन्स्युलिनची मात्रा वाढते व ती टाईप २ मधुमेही रुग्णांसाठी फायदेशीर ठरते. ज्यांना कॉफीमुळे अॅसिडिटी होते त्यांनी डिकॅफ कॉफीचे सेवन करणे केव्हाही चांगले! कॉफी डिकॅफ केल्यामुळे ते एक सौम्य स्वादाचे, सौम्य चवीचे पेय होते. ज्यांना नेहमीच्या कॉफीची कडू चव आणि कडकपणा आवडत नाही त्यांच्यासाठी डिकॅफ ही एक आदर्श कॉफी ठरते.

युरोपमध्ये काही वर्षांपूर्वी एका जर्मन व्यापाऱ्याने कॉफीपासून कॅफिन वेगळे काढण्याची एक पद्धत शोधून काढली. सुरुवातीला त्याने आपला हा शोध गुप्त ठेवला. परंतु, त्यानंतर कॅफिनविरहित कॉफी तयार करण्याचे वेगळे तंत्र प्रचारात आले. ती नवीन पद्धत जरा किचकट होती. पण आता ते काम यंत्राद्वारे करण्यात येते. मुख्य म्हणजे कॅफिन काढल्यावर देखील कॉफीची चव फारशी बदलत नाही.

ही कॉफी नेहमीच्या कॉफीसारखीच लागत असली तरी सामान्य कॉफीच्या तुलनेत बरीच महाग असते.

चिकोरीमिश्रित कॉफी

कॉफी आणि चिकोरीचे नाते शेकडो वर्षे जुने आहे. चिकोरी हे एक प्रकारचे मूळ किंवा कंद असून सर्वप्रथम तो कंद वाळवला जातो. वाळवलेला कंद भाजून त्याची पूड केली जाते व नंतर ती कॉफीच्या भुकटीमध्ये मिसळली जाते. कॉफी आणि चिकोरी दोन्हींच्या चवीत बरेच साम्य असते. कॉफीत चिकोरी मिसळण्याने तिला एक खास असा स्वाद रंग आणि चव मिळते. मुळात कॉफीची चव अतिशय कडवट असते व तिच्या या कडूपणाला चिकोरी थोडे सौम्य करते. कॉफी गडद चॉकलेटी रंगाची असते तर चिकोरी त्यापेक्षा जरा फिक्या रंगावर असते. चिकोरीमध्ये कॅफिन अजिबात नसते त्यामुळे ती कॉफीत मिसळली असता कॉफीतील कॅफिनचे प्रमाण कमी होते.

दक्षिण भारतीय 'फिल्टर कापी'मधील चिकोरी हा एक महत्त्वाचा घटक आहे. तेथील प्रत्येक घरात कॉफी दळून आणताना त्यातील कॉफीच्या बिया व चिकोरी यांचे प्रमाण ठरलेले असते. त्यामुळे प्रत्येक घरातील कापीला वेगळी चव मिळते. चिकोरीमुळे फिल्टर कापी मस्त फेसाळ होते.

३

कॉफीचे फायदे
व तोटे

एकेकाळी कॉफी हे उच्चभ्रू लोकांचे पेय म्हणून समजले जाई. मात्र आता कॉफी जगभरात लोकप्रिय होऊन घराघरात पोहोचली आहे. कॉफीची सवय लागणे किंवा अतिरिक्त प्रमाणात कॉफी पिणे हे काही चांगले नाही, त्यामुळे कॉफीचे योग्य प्रमाणात सेवन करणे हे उत्तम. कॉफीच्या सेवनाबद्दल अनेक समज आणि गैरसमज आहेत. त्यामुळेच कॉफी शौकिनांना कॉफी पिण्याचे फायदे आणि तोटे समजून घेणे आवश्यक आहे.

आहारतज्ज्ञ म्हणतात योग्य प्रमाणात व योग्य वेळी कॉफी प्यायली तर तिचे शरीराला खूपच फायदे मिळू शकतात. त्यांच्या म्हणण्यानुसार मध्यम प्रमाणात म्हणजे दिवसातून दोन ते तीन कप कॉफीचा निरोगी आहारात समावेश असणे योग्य!

सकाळी उठल्यावर कॉफी प्यायली तर एकदम ताजेतवाने वाटते व दिवस चांगला जातो. कामात व्यस्त असताना किंवा कंटाळा आला असता कॉफी प्यायली असता तणाव व थकवा दूर होऊन मूड प्रसन्न होतो व कामासाठी ऊर्जा वाढते. हे झाले कॉफीचे वरवर दिसणारे फायदे; पण संशोधनाद्वारे कॉफीचे अनेक फायदे समोर आले आहेत. कॉफीमध्ये अनेक पोषक घटक असतात. त्यात

व्हिटॅमिन बी २, व्हिटॅमिन बी ३, मॅग्नेशियम, पोटॅशियम, अँटिऑक्सिडंटस यांचा समावेश आहे. या पोषक तत्त्वांचा शरीराला अनेक प्रकारे फायदा होऊ शकतो.

आहारतज्ज्ञांनी कॉफीच्या सेवनामुळे शरीराला मिळणारे काही आश्चर्यकारक फायदे सांगितले आहेत. ते म्हणतात की, कॉफीमध्ये असलेल्या अँटीऑक्सिडंटसमुळे मेंदूची कार्यक्षमता वाढते. सकाळी कॉफी प्यायल्याने शरीराला भरपूर ऊर्जा मिळते, स्मरणशक्ती वाढते व मनाची एकाग्रता वाढण्यास मदत होते. मेंदू आणि शरीरातील नसा दिवसभर कार्यक्षम राहण्यास ब्लॅक कॉफीचा उपयोग होतो.

कॉफीमुळे पचनक्षमता वाढते तसेच स्थूल व्यक्तींच्या शरीरातील चरबी कमी करण्यासाठी कॉफीमधील कॅफिनचा हातभार लागतो. त्यामुळेच कॉफीला 'फॅट बर्निंग सप्लिमेंट' म्हटले जाते. कॉफीमुळे भूक नियंत्रित होते व आपोआपच कमी खाल्ले जाऊन वजन कमी होते.

मधुमेही व्यक्तींसाठी विशेष करून ब्लॅक कॉफीचे सेवन फायदेशीर ठरते. कॉफीमुळे मधुमेहाचा धोका कमी होतो तसेच रक्तदाबाची पातळी कमी होण्यास मदत होते. ब्लॅक कॉफीमध्ये साखर वा दुधाचा वापर केला जात नाही त्यामुळे तिची चव जराशी कडवट लागते. काही लोकांना ही चव आवडते तर काही लोक तिच्यामुळे शरीराला मिळणाऱ्या फायद्यामुळे तिचे सेवन करतात.

कॉफी हे जरी आरोग्यदायी पेय असले तरी तिच्या अतिसेवनाने आरोग्याला हानी पोहोचू शकते. कॉफीमध्ये कॅफिन हा मुख्य घटक आहे ज्यामुळे झोप न

लागणे, अस्वस्थता, चिंता, हृदयाची धडधड वाढणे, डोकेदुखी अशासारख्या समस्या उद्भवण्याची शक्यता असते. कॉफीच्या अतिसेवनामुळे मळमळ, अपचन व बद्धकोष्ठता यांना सामोरे जावे लागते.

सकाळची सुरुवात कॉफीने केली तर दिवस चांगला जातो तसेच दिवसभर ताजेतवाने वाटते. संध्याकाळे कॉफी प्यायल्यास दिवसभराचा शीण नाहीसा होतो. कॉफी पिण्याचे असे विविध फायदे ऐकल्यामुळे असे म्हटले जाते की, सकाळी एक कप कॉफी प्या आणि निरोगी राहा.

४

कॉफी संस्कृती

जगाच्या पाठीवरचा प्रत्येक देश हा भिन्न भिन्न संस्कृतीने नटलेला आहे. एखाद्या देशाची संस्कृती म्हणजे काय हे शब्दश: सांगणे तसे अवघड आहे; पण ढोबळपणे बघता त्या देशाचा इतिहास, तिथली कला, भाषा, पाकशैली अशा अनेक दृष्य व अदृश्य गोष्टींचे मिश्रण म्हणजे त्या देशाची संस्कृती असे म्हणता येईल.

प्रत्येक देशाच्या संस्कृतीचा एक भाग म्हणजे तिथली खाद्यसंस्कृती. ही खाद्यसंस्कृती देखील त्या देशातील रुढी, परंपरा, लोकांची जीवनशैली, त्या देशाचे भौगोलिक स्थान व हवामान अशा विविध गोष्टींवरून तयार झालेली असते. आपण जर वेगवेगळ्या देशांच्या खाद्यसंस्कृतीत डोकावून बघितले तर आपल्याला त्यातील अनेक नवीन नवीन पैलू व खास गोष्टी समजतील.

या खाद्यसंस्कृतीचा एक भाग म्हणजे कॉफी संस्कृती असे म्हणता येईल. त्या कॉफी संस्कृतीनुसार प्रत्येक देशात वेगवेगळे कॉफीचे प्रकार बघायला मिळतात. 'जसा देश तसा वेश' असे म्हणतात, त्याप्रमाणे 'जसा देश तशी कॉफी' असेही असते. प्रत्येक देशातील कॉफीला वेगळे नाव, ती करण्याची पद्धत वेगळी, पिण्याची पद्धत वेगळी आणि चवही वेगळी. एवढेच काय तर ती कधी द्यायची, कशातून प्यायची आणि किती प्यायची, याची गणिते देखील ठरलेली असतात.

भारतीय खाद्यसंस्कृतीमध्ये देखील कॉफीने एक वेगळे स्थान मिळवले आहे. अशा या बहुगुणी कॉफीचे आपल्याकडे रंगलेल्या गप्पा, जुन्या आठवणी, पाऊस, गाण्याचे कार्यक्रम आणि संगीत नाटके अशा अनेक गोष्टींशी जोडले आहे. गाण्याच्या किंवा संगीत नाटकाच्या वेळी जायफळ, वेलदोडा घातलेली 'संगीत कॉफी' द्यायची आपली पद्धत सर्वश्रुतच आहे.

दक्षिण भारतात मात्र कॉफी हे एक नुसते पेय नसून ती तेथील संस्कृतीमधला महत्त्वाचा भाग आहे. 'फिल्टर कॉफी' म्हणून ओळखली जाणारी दाक्षिणात्य कॉफी तयार करणे ही तेथील शेकडो वर्षं जुनी परंपरा आहे. ते लोक आपल्या कॉफीला प्रेमाने 'फिल्टर कापी' म्हणतात. तिथे कॉफी डिकॉक्शन करण्यासाठी विशिष्ट प्रकारचा फिल्टर वापरला जातो, तर ती पिण्यासाठी कप व डबरा हे विशिष्ट प्रकारचे भांडे वापरले जाते. दूध व साखर घातलेले गरम डिकॉक्शन कपातून डबऱ्या व डबऱ्यातून कपात असे उंचावरून खालीवर ओतले जाते. त्यामुळे डिकॉक्शन दूध व साखर एकत्र मिसळून फेसाळ कॉफी तयार होते आणि हीच खरी फिल्टर कापीची खासियत आहे. दक्षिण भारतीय कॉफी संस्कृतीनुसार अशा प्रकारे तयार केली जाणारी 'फिल्टर कापी' ही एक भावना आहे.

आशिया खंडातील लोकांचा कल चहा पिण्याकडे जास्त असतो तर युरोपीय देशांमध्ये कॉफीला पसंती दिली जाते. मात्र गेल्या काही वर्षांत जगभरात कॉफी संस्कृती बहरत गेली आहे. आज जगात सर्वांत जास्त कॉफीची लागवड ब्राझील व त्या खालोखाल व्हिएतनाममध्ये केली जाते. व्हिएतनाममधील लोकांना कॉफी इतकी आवडते की, त्यांच्या देशाला 'लँड ऑफ कॉफी लव्हर्स' - कॉफीप्रेमींचा देश असे संबोधले जाते. फ्रेंच लोकांनी या देशाला कॉफीची ओळख करून दिली असली तरी व्हिएतनामी लोकांनी कॉफीच्या बिया भाजण्याची व कॉफी तयार करण्याची आपली एक पद्धत विकसित केली. कॉफी तयार करण्याची त्यांची काहीशी आगळी वेगळी पद्धत ही व्हिएतनामी संस्कृतीचा एक भाग मानली जाते.

फिनलंडमध्ये चीजचे तुकडे कॉफीमध्ये बुडवून खाल्ले जातात. इटलीमध्ये कॉफी

तयार करणे ही पारंपरिक कला मानली जाते व ती कला एका पिढीकडून दुसऱ्या पिढीकडे चालत जाते. पोर्तुगालमध्ये कॉफीची चव व ती तयार करण्याची पद्धत ही एकेका घराण्याची खासियत असते. आफ्रिकी देशात कॉफीबरोबर मक्याच्या लाह्या देण्याची पद्धत आहे. मोरोक्कोमध्ये कॉफीबरोबर खजूर व संत्र्याचा रस दिला जातो. देशोदेशींच्या या सगळ्या पद्धती म्हणजे त्या त्या देशाच्या कॉफी संस्कृतीचाच एक भाग आहेत.

५

कॉफी डिकॉक्शन
व कोल्ड ब्रू

कॉफीचे डिकॉक्शन याचा शब्दश: अर्थ बघितला तर तो कॉफीचा अर्क असा होतो. कॉफीचा अर्क किंवा डिकॉक्शन हे थंड अणि गरम अशा दोन पद्धतीने केले जाते. कॉफी कॉन्संन्ट्रेट तयार करण्याची थंड पद्धत फारशी प्रचलित नाही; पण कॉफीमधील दर्दी लोक ती पसंत करतात.

वाफ किंवा गरम पाणी वापरून तयार केलेला कॉफीचा अर्क म्हणजेच कॉफीचे डिकॉक्शन. कॉफीचे डिकॉशन करण्यासाठी वेगवेगळ्या पद्धती वापरल्या जातात. त्यापैकी काही महत्त्वाच्या पद्धती खालीलप्रमाणे -

दक्षिण भारतीय कॉफी फिल्टर

दक्षिण भारतात फिल्टर कॉफी तयार करण्यासाठी पारंपरिक पद्धतीचा फिल्टर वापरला जातो. त्यात एकावर एक बसणारी अशी सिलेंडरच्या आकाराची दोन भांडी असतात. वरचे भांडे खालच्या भांड्यावर घट्ट बसणारे असते. त्या भांड्याच्या तळाला बारीक भोके

असून त्या भोकांवर एक जाळीची चकती ठेवली जाते. डिकॉक्शन करताना वरच्या भांड्यात कॉफी पावडर घालून त्यावर जाळीची चकती ठेवली जाते व ते भांडे खालच्या भांड्यावर ठेवले जाते. वरच्या भांड्यात कॉफीवर गरम पाणी घालून भांड्याला झाकण लावले जाते. सुमारे दहा मिनिटांत खालच्या भांड्यात कॉफीचे डिकॉक्शन साठते.

इटालियन मोका पॉट

प्रत्येक इटालियन घरात लहानमोठ्या आकाराची एक दोन मोका पॉट्स असतातच व ते आपली रोजची कॉफी बहुतेक वेळा त्यातच तयार करतात. ही मोका पॉट्स वापरण्यास अतिशय सोपी असतात. परंतु, त्यात उत्तम कॉफी तयार करणे हे सरावानेच जमते.

दोन भाग / चेंबर्स असलेली मोका पॉट हे काहीसे आपल्याकडील मापट्याच्या आकाराचे असते. या दोन भांड्यांव्यतिरिक्त त्यात एक जाळीची प्लेट, कॉफी ठेवण्यासाठी फनेल व कॉफी उतू जाऊ नये यासाठी एक सेफ्टी व्हॉल्व्ह असतो. मोका पॉटमध्ये डिकॉक्शन तयार करण्यासाठी

- खालच्या भांड्यात व्हॉल्व्हच्या पातळीपर्यंत पाणी घालावे.
- फनेलमध्ये कॉफी पावडर घालावी.
- जाळीची प्लेट असलेले वरचे भांडे खालच्या भांड्यावर आटे फिरवून घट्ट बसवावे.
- मोका पॉट बारीक आचेवर ठेवावे.
- कॉफी उकळायचा आवाज येण्याआधीच मोका पॉट विस्तवावरून उतरवावे.

खालच्या भांड्यातले पाणी गरम झाले की, त्या भांड्यात वाफ तयार होते. तयार झालेल्या वाफेच्या दाबामुळे फनेल मधील कॉफी पावडरमधून पाणी वर ढकलले जाते व ते पाणी वरच्या चेंबरमध्ये कॉफी डिकॉक्शनच्या रूपात जमा होते.

फ्रेंच प्रेस

फ्रेंच प्रेस हे कॉफीचे डिकॉक्शन करण्याचे एक भांडे आहे. त्यात काचेचे उभ्या आकाराचे भांडे असून त्यात बसवण्यासाठी लांब दट्ट्या लावलेली धातूच्या जाळी असते. काचेच्या भांड्याच्या तळाशी कॉफीची पावडर घातली जाते व त्यावर दट्ट्या लावलेली जाळी ठेवून झाकण लावले जाते. पाण्यामुळे दट्ट्याला लावलेली जाळी कॉफी पावडरीवर दाबली जाते व त्या जाळीवरील पाण्यात कॉफीचा अर्क उतरतो. अशा फ्रेंच प्रेसमध्ये तयार केलेला कॉफीचा अर्क काहीसा चिकट व घट्टसर बनतो.

फ्रेंच प्रेसमध्ये तयार केलेल्या डिकॉक्शनमध्ये काही वेळा कॉफीचे कण राहतात ; पण ही पद्धत घरी कॉफी ब्रू करण्यासाठी अतिशय सोयीची आहे.

कोल्ड किंवा आईस्ड कॉफी तयार करताना वरील कोणत्याही पद्धतीने केलेले कॉफीचे डिकॉक्शन आधी गार करून घ्यावे लागते.

थंड पद्धतीने कॉफी कॉन्संट्रेट करण्यासाठी

थंड पद्धतीने तयार केलेला कॉफीचा अर्क त्यातील गुणधर्मानुसार चांगला मानला जातो. कॉफीमुळे ॲसिडिटी होते, असे नेहमी म्हटले जाते ; पण थंड पद्धतीने तयार केलेला अर्क हा डिकॉक्शन अथवा फिल्टर कॉफीपेक्षा खूपच कमी ॲसिडिक व कमी कडवट असतो. थंड अर्क तयार होण्यास खूप वेळ लागतो ; पण त्यामुळे तयार कॉफीला निश्चितच वेगळा आणि उत्तम स्वाद मिळतो.

साहित्य

१ कप भरड कुटलेल्या कॉफीच्या बिया किंवा कॉफी पावडर, ५ कप पाणी.

कृती

एका काचेच्या बरणीत कॉफी पावडर घालून त्यावर पाणी घालावे. कॉफी व पाण्याचे प्रमाण हे नेहमी १: ५ असे असावे. हे मिश्रण चमच्याने व्यवस्थित ढवळून बरणीला घट्ट झाकण लावावे. बरणी फ्रीजमध्ये ठेवल्यास उत्तम. सुमारे वीस ते बावीस तासांनी हे मिश्रण बारीक जाळीच्या गाळण्याने गाळावे, अशा पद्धतीने केलेले कॉन्संट्रेट फ्रीजमध्ये ठेवल्यास आठ ते दहा दिवस टिकते.

कोल्ड ब्रू व फ्रूट पंच

साहित्य

१ मोठा कप कोल्ड ब्रू, १ लहान चमचा साखरेचे सिरप, १ मोसंब्याची फोड, १ संत्र्याची फोड, ३/४ किवी फ्रूटच्या चकत्या, २ चेरीज, ४ पुदिन्याची पाने व १ कप बर्फाचा चुरा.

कृती

काचेच्या जगमध्ये बर्फाचा चुरा घालावा. कोल्ड ब्रू व साखरेचे सिरप एकत्र करून बर्फावर घालावे. त्यात फळांचे तुकडे व पुदिन्याची पाने घालून ढवळावे. बर्फ वितळला की मस्त चवीचे फ्रूट पंच तयार.

सिनॅमन व्हॅनिला कॉफी क्युब्ज

साहित्य

२ लहान चमचे कुटलेली कॉफी अथवा कॉफी पावडर, १/२ लहान चमचा दालचिनी पावडर, ४ थेंब व्हॅनिला इसेन्स, १ कप गार दूध, १ मोठा चमचा साखर

कृती

कुटलेली कॉफी व दालचिनी पूड एकत्र करून त्यात पाचपट पाणी घालून कोल्ड ब्रू तयार करावे. ब्रू तयार झाल्यावर बर्फाच्या ट्रेमध्ये घालून त्याच्या क्यूब्ज करून घ्याव्या. दुधात व्हॅनिला इसेन्स व साखर घालून एकत्र करावे. साखर विरघळल्यावर दुधाचे मिश्रण तीन कपात सम प्रमाणात घालावे. त्यात आवडीप्रमाणे एक वा दोन कॉफी क्यूब्ज घालाव्या. चमच्याने हलवत सिनॅमन व्हॅनिला कॉफीचा शांतपणे आस्वाद घ्यावा.

कोल्ड ब्रू कॉकटेल

साहित्य

६० मिलिलिटर कोल्ड ब्रू, ३० मिलिलिटर कॉफी लिक्युअर, २ मोठे चमचे पिठी साखर, १ मोठा चमचा लिंबाचा रस, लिंबाच्या ४ चकत्या, जरूरीनुसार बर्फाचा चुरा.

कृती

कोल्ड ब्रू, कॉफी लिक्युअर, पिठीसाखर व लिंबाचा रस एका कॉकटेल शेकरमध्ये घालून हलवावे. दोन ग्लासमध्ये बर्फाचा चुरा व एक एक लिंबाची चकती घालून त्यावर शेकरमधील कॉफी ओतावी. ग्लासच्या कडेवर लिंबाची चकती खोचून कॉकटेल सर्व्ह करावे.

६

आईस्ड कॉफी

उन्हाळ्याच्या दिवसात उन्हाचा चटका जाणवू लागला की लोक नेहमीच गरम चहा-कॉफीपेक्षा थंड पेय पिणे पसंत करतात. अशा पेयांमध्ये 'आईस्ड कॉफी' हे पेय हल्ली खूपच लोकप्रिय झाले आहे. आपल्याकडे थंड कॉफीला 'कोल्ड कॉफी' म्हटले जाते; पण बहुतेक देशात थंड कॉफी ही आईस्ड कॉफी म्हणून ओळखली जाते. आज जगभरात आईस्ड कॉफीचे असंख्य प्रकार अस्तित्वात असून प्रत्येक देशागणिक त्यांची नावे वेगळी, त्यात घालायचे पदार्थ वेगळे आणि त्याची चव देखील वेगळी असते.

कॉफीच्या गार अर्कामध्ये बर्फ मिसळून तयार केलेली कॉफी म्हणजे आईस्ड कॉफी. आईस्ड कॉफीचा शब्दशः अर्थ बघितला तर तो बर्फ घालून केलेली कॉफी असाच होतो. ती करताना उंच ग्लासमध्ये बर्फाचा चुरा भरला जातो व त्या बर्फावर कॉफीचा अर्क (Decoction) घालून चमच्याने ढवळले जाते. हळूहळू बर्फ वितळून सुंदर स्वादाची आईस्ड कॉफी तयार होते. आईस्ड कॉफीसाठी वापरला जाणारा कॉफीचा अर्क खूप स्ट्राँग असतो. अशा कॉफीचा सावकाश व शांतपणे आस्वाद घेतला तर तिची खरी चव समजते असे म्हणतात.

आईस्ड कॉफीचा उगम उत्तर आफ्रिकेतील अल्जेरिया या देशातला मानला जातो. तिथे अठराव्या शतकापासून अशी कॉफी तयार केली जात असून ती 'मझाग्रान' म्हणून ओळखली जाते. 'दुधाऐवजी पाणी वापरून केलेली कॉफी' अशी मझाग्रानची खरी ओळख आहे. मझाग्रान सर्व्ह करताना बर्फ घातलेल्या ग्लासमध्ये कॉफीचा अर्क घालून त्याबरोबर थंड पाण्याचे भांडे व साखर दिली जाते. ही कॉफी खूप कडक असल्यामुळे प्रत्येक जण आपल्या चवीनुसार त्यात पाणी व साखर घालून घेतो. एकोणिसाव्या शतकाच्या सुरुवातीस मझाग्रान या आईस्ड कॉफीची फ्रान्सला ओळख झाली. तेथील कॉफी हाऊसेसमध्ये ती अल्पावधीतच खूप लोकप्रिय झाली व तेथून तिचा इतर युरोपीय देशात प्रसार झाला.

आईस्ड कॉफी युरोपीय देशात पोहोचण्याच्या आधीपासून व्हिएतनाम, थायलंड, जपान या आशियाई देशात अशाच धर्तीवरची कॉफी तयार केली जाते; पण त्यात क्रीम वा दूध घातलेले असते. जपानी लोकांना वेळेचे फार महत्त्व असते, त्यामुळे कॉफी फिल्टर करून ती गार करणे, ती कपात ओतणे व त्यात बर्फ घालून तो वितळेपर्यंत ढवळत बसणे यासाठी त्यांच्याकडे वेळ नसतो. जपानी पद्धतीची आईस्ड कॉफी तयार करताना बर्फाचा चुरा घातलेल्या ग्लासवर कॉफी पावडर घातलेला कागदी फिल्टर ठेवला जातो. त्यात गरम पाणी घातल्यावर हळूहळू कॉफीचे डिकॉक्शन ग्लासात पडते. गरम डिकॉक्शनमुळे बर्फाचा चुरा वितळून आईस्ड कॉफी तयार होते.

थायलंडमध्ये कडक काळ्या कॉफीत साखर व वेलदोड्याची पूड घातली जाते. काचेच्या ग्लासमध्ये बर्फाचा चुरा घालून त्यावर ही कॉफी ओतली जाते. वरून घट्ट क्रीम घातले की खाली काळी कॉफी व त्यावर पांढरेशुभ्र क्रीम असे दोन थर दिसतात. पारंपरिक थायी कॉफीचे डिकॉक्शन करताना त्या कॉफीत सोयाबीन, मका व तिळाची पूड मिसळली जाते. तयार अर्क बर्फावर ओतून त्यात दूध आणि साखर घातली जाते. थायलंडमध्ये मसालेदार आणि तिखट जेवण झाले की त्यानंतर अशी आईस्ड कॉफी पिण्याचा प्रघात आहे.

फ्रान्समधून आलेल्या आईस्ड कॉफीमुळे सर्व युरोपीय देशात उंच काचेच्या ग्लासमधून कॉफी सर्व्ह करायचा पायंडा पडला. वेगवेगळ्या देशात अशा बर्फावर ओतलेल्या कॉफीच्या अर्कामध्ये आपापल्या चवीनुसार साखर, साखरेचे सिरप, लिंबाचा रस, लिंबाची वा संत्र्याची किसलेली साल, रम. लिक्यूअर असे पदार्थ

घातले जाऊ लागले. साखर व रम घालून तयार केलेल्या आईस्ड कॉफीला 'पोर्तुगीज आईस्ड कॉफी' म्हटले जाते. त्यात क्वचित लिंबाचा रस देखील घातला जातो.

ऑस्ट्रियामध्ये मझाग्रानमध्ये रम घातलेली असते. अशी तयार मझाग्रान बर्फात ठेवून खूप थंड केली जाते व लहान आकाराच्या ग्लासमधून – एक शॉट -सर्व्ह केली जाते. आपल्या चवीनुसार त्यात साखरेचे सिरप घालून ती एका दमात प्यायली जाते.

ग्रीक फ्रापे ही देखील आईस्ड कॉफीच आहे; पण त्यात कॉफी डिकॉक्शन ऐवजी इन्स्टंट कॉफी वापरली जाते. आपल्याकडे जी कोल्ड कॉफी मिळते ती देखील इन्स्टंट कॉफी वापरूनच केली जाते. त्यामुळे फ्रापे आणि आपली कोल्ड कॉफी साधारण एकाच चवीची असते इन्स्टंट कॉफी, दूध, साखर, व बर्फाचे खडे मिक्सरच्या भांड्यात घालून फिरवले जातात. बर्फ वितळून फेसाळती थंडगार कॉफी पिण्यासाठी तयार!

ब्राझीलमधील आईस्ड कॉफीला 'मोका कोला', इटलीमधील आईस्ड कॉफीला 'आफागाटो' तर जर्मनीतल्या आईस्ड कॉफीला 'आईस्काफे' म्हटले जाते. आईस्ड कॉफी जेव्हा अमेरिकेत पोहोचली, तेव्हा ती तिथे फारच लोकप्रिय झाली. स्टारबक्स, मॅक्डोनल्डस, डंकिन डोनट्स अशा ठिकाणी ती सर्रास मिळू लागली. आज परदेशाप्रमाणे आपल्याकडे देखील वेगवेगळ्या कंपन्यांनी तयार केलेली आईस्ड कॉफी बाटल्यांमधून वा टेट्रापॅक मधून मिळू लागली आहे.

युरोपमध्ये आईस्ड कॉफीविषयी असे म्हटले जाते की 'आमच्याकडे सकाळी कामाला जायच्या धावपळीत तरतरी येण्यासाठी गरम कॉफी प्यायली जाते. दिवस जसा वर जाऊ लागतो व उन्हाची तीव्रता जाणवायला लागते तेव्हा मात्र आईस्ड कॉफी प्यायली जाते.'

आपल्याला देखील एप्रिल-मे महिन्याच्या गरमीत शरीराला थंडावा देणाऱ्या आईस्ड कॉफीची वा कोल्ड कॉफीची नक्कीच आठवण येते. उन्हातून आल्यानंतर एखाद्या निवांत संध्याकाळी मित्रमंडळींसमवेत अशा आईस्ड कॉफीचा आस्वाद घेण्याची मजा काही औरच असते.

साहित्य

२ शॉट्स एस्प्रेसो कॉफी, ४ ते ५ बर्फाचे खडे, १ ग्लास थंडगार पाणी, १ लिंबाचा रस, २ मोठे चमचे शुगर सिरप व २ शॉट रम.

कृती

एका ग्लासात थंड पाणी घेऊन त्यात बर्फाचे खडे, लिंबाचा रस व साखर घालावी. त्यात एस्प्रेसो कॉफी मिसळून मिश्रण परत एकदा थंड करण्यास ठेवावे, सर्व्ह करायच्या वेळेस त्यात रम घालून मझाग्रान ग्लासमधून द्यावे. लहान ग्लासमधून सर्व्ह केलेली ही कॉफी एका दमात प्यायली जाते.

बेल्जियन आईस्ड कॉफी क्रीम

साहित्य

४ शॉट्स एस्प्रेसो कॉफी, ४ स्कूप व्हॅनिला आईस्क्रीम, ४ मोठे चमचे व्हिप्ड क्रीम, २ मोठे चमचे चॉकलेट सॉस, १ मोठा चमचा किसलेले डार्क चॉकलेट.

कृती

कमी उंचीचे चार काचेचे ग्लास फ्रीजमध्ये ठेवून गार करावे. प्रत्येक ग्लासमध्ये एक एक स्कूप आईस्क्रीम घालावे. आईस्क्रीमवर एक एक शॉट कॉफी घालावी. त्यावर व्हिप्ड क्रीम घालावे. क्रीमवर चॉकलेट सॉस घालून त्यावर किसलेले चॉकलेट घालून सजवावे. या आईस्ड कॉफी क्रीममध्ये कडू व गोड चवीचे थर असतात. आईस्ड कॉफी क्रीम हे एक प्रकारचे डेझर्ट असून ते चमच्याने खाल्ले जाते.

७

पाऊस आणि कॉफी

कॉफी! या एकाच शब्दाशी किती गोष्टी जोडलेल्या आहेत. 'कॉलेजचे दिवस आणि कॉफी', 'रंगलेल्या गप्पा आणि कॉफी', 'गाण्याची मैफल आणि कॉफी'. असेच एक अतूट नाते 'पाऊस आणि कॉफीचे'. पावसाळ्यातील मस्त हवेत गरमागरम वाफाळलेली कॉफी! आहाहा! या हवेत नेहमीची कॉफी तर छान लागतेच; पण जोडीला वेगवेगळ्या प्रकारच्या कॉफीचा आस्वाद घेतला तर तो पाऊस नक्कीच यादगार बनतो.

पावसाचे आणि कॉफीचे एक वेगळेच नाते जुळले आहे. धुक्यात हरवलेल्या वाटेवरून भटकल्यावर, पावसात मनसोक्त भिजून झाल्यावर, पावसाचा आवाज ऐकत कॉफी पिणे म्हणजे स्वर्गसुख आहे, असे म्हटले तर चुकीचे ठरणार नाही. ढगांनी झाकोळलेले वातावरण व त्यातला सुखद

गारवा अनुभवताना गरमागरम आणि आवडत्या चवीच्या कॉफीची सोबत मिळाली तर मग बघायलाच नको.

प्रत्येक गावात आणि प्रत्येक देशात वेगळ्या प्रकाराने केलेली आणि नवीन चवीची कॉफी सर्व्ह केली जाते, असा माझा अनुभव आहे. त्या कॉफीला नावे पण छान छान दिलेली असतात. आपणही जरा हट के चवीची कॉफी पिऊन बघायला काय हरकत आहे? साधी महाबळेश्वरची गोष्ट बघा. पावसात भिजून झाल्यावर आम्ही वेण्णा लेक शेजारील एका टपरीत कॉफी प्यायला शिरलो. टपरीवाल्याने आम्हाला आग्रहाने 'महाबळेश्वर कॉफी' दिली. काय विशेष होते त्या कॉफीत? ती तर नेहमीसारखी आणि नेहमीच्या चवीची कॉफी होती; फक्त त्यावर चमचाभर क्रीम घालून त्यावर स्ट्रॉबेरीचा एक तुकडा ठेवला होता. मला कौतुक वाटले ते 'महाबळेश्वर कॉफी' या नावाचे व टपरीवाल्याच्या कल्पकतेचे.

मला आवडलेल्या या काही 'पावसाळा स्पेशल' कॉफी रेसिपीज. वर सांगितलेली बहुतेक सगळी तंत्रे पाळून मी पावसाच्या दिवसात अनेक प्रकारच्या कॉफी करून पाहिल्या आहेत. तुम्ही पण करून बघा, तुम्हाला नक्की आवडतील. या सर्व कॉफीच्या रेसिपीजमध्ये मी जी 'काळी कॉफी' म्हटले आहे, ती म्हणजे दीड चमचा कॉफी पावडर व एक कप पाणी असे प्रमाण घेऊन केलेले डिकॉक्शन आहे. या प्रमाणात केलेली कॉफी फार स्ट्राँग होत नाही व डिकॉक्शन वापरून केलेल्या कॉफीला उत्तम चव येते, असा माझा अनुभव आहे.

मोका कॉफी - प्रकार १

साहित्य	कृती
१ कप काळी कॉफी. पाऊण कप दूध, १ लहान चमचा कोको पावडर, २ लहान चमचे साखर व ३/४ थेंब व्हॅनिला इसेन्स	कॉफी दूध, कोको पावडर व साखर एकत्र करून गरम करावे. व्हॅनिला इसेन्स घालून कॉफी कपात गाळावी.

साहित्य

दीड कप काळी कॉफी, अर्धा कप क्रीम, १ मोठा चमचा पिठीसाखर, २ मोठे चमचे चॉकलेट सिरप, चिमूटभर जायफळ पूड

कृती

क्रीममध्ये थोडी साखर व जायफळ पूड घालून फेटावे. चॉकलेट सिरप, कॉफी व उरलेली साखर एकत्र करून गरम करावे व एका उंच ग्लासमध्ये ओतावे. फेटलेले क्रीम अगदी अलगदपणे कॉफीवर घालावे.

कॅरॅमल कॉफी

साहित्य

२ टी स्पून इन्स्टंट कॉफी, २ टेबल स्पून साखर, अर्धा कप दूध, २ टेबलस्पून क्रीम व जरूरीप्रमाणे गरम पाणी. आवडत असेल तर ३/४ थेंब संत्र्याचा इसेन्स

कृती

साखरेत थोडे पाणी घालून कॅरॅमल करून घ्यावे. त्यात पाणी व कॉफी पावडर घालून गरम करावे. गरम दूध व संत्र्याचा इसेन्स घालून कपात ओतावे. वरून क्रीम घालून सर्व्ह करावे.

कॉफी कोपिको

बाजारात हल्ली कोपिको नावाच्या कॉफीच्या बियांच्या आकाराच्या कँडीज मिळतात. त्या कँडीज घालून मी कॉफी केली. कोपिकोमधला गोडवा आणि चॉकलेट कॉफीमध्ये मिसळले गेल्यामुळे मस्त चवीची कॉफी तयार झाली.

साहित्य

१/२ कप दूध, १ चहाचा चमचा इन्स्टंट कॉफी, १/२ कप गरम पाणी, ४ कोपिको कँडीज, १ चमचा साखर व चिमूटभर वेलची पूड

कृती

दूध, पाणी, साखर व वेलची पूड एकत्र करून गरम करावे. मिश्रण गरम झाल्यावर त्यात कॉफी पावडर घालावी. दोन कप घेऊन त्याच्यात दोन दोन कोपिको कँडीज घालाव्या व त्यावर तयार कॉफी गाळावी.

८

भारतीय कॉफी

आपला भारत हा भिन्न भिन्न संस्कृतीने नटलेला देश असून येथे चहा आणि कॉफीचा इतिहास आणि परंपरा आहे. या दोन्ही पेयांनी भारतीयांच्या दैनंदिन आयुष्यात आणि सामाजिक स्तरावर महत्त्वाचे स्थान मिळवले आहे. भारतात सध्या चहाच्या जोडीने कॉफी पिणाऱ्यांची संख्या झपाट्याने वाढत असून त्यात जास्त करून तरूण वर्ग आणि शहरी माणसांचा समावेश आहे.

भारतात उत्तम प्रतीच्या कॉफीचे उत्पादन होते, हे बऱ्याच लोकांना माहीत नसते. भारतीय कॉफी ही उत्कृष्ट चव आणि स्वाद यासाठी प्रसिद्ध असून तिची मागणी दिवसेंदिवस वाढत आहे. त्यामुळेच अलिकडच्या दशकात कॉफी उद्योगाची अनेक पटींनी वाढ झाली आहे. कर्नाटक, केरळ आणि तामिळनाडू ही दक्षिण भारतीय राज्ये भारतातील कॉफीचे मुख्य उत्पादक आहेत. तेथील डोंगराळ भागात कॉफीची लागवड केली जाते. या व्यतिरिक्त ईशान्य भारत, ओडिशा आणि आंध्र प्रदेशातही कॉफीचे पीक घेतले जाते.

कॉफीचे उत्पादन करणाऱ्या पहिल्या दहा देशांमध्ये भारताचा समावेश आहे. भारतातील उत्पादित कॉफीपैकी जवळपास ७०% कॉफी निर्यात केली जाते आणि केवळ ३०% उत्पादन देशांतर्गत वापरासाठी ठेवले जाते. भारतीय

कॉफीची प्रामुख्याने जर्मनी, रशिया, बेल्जियम आणि यु. के. या देशात निर्यात केली जाते.

भारतात पिकवल्या जाणाऱ्या कॉफीचे वैशिष्ट्य म्हणजे तिची लागवड मुख्यत: सावलीत केली जाते व कॉफीसोबत वेलची, लवंग, दालचिनी व जायफळ अशा मसाल्यांची लागवड केली जाते. आपल्याकडे विविध प्रकारची कॉफी पिकते. त्यापैकी केंट ही सर्वांत जुनी कॉफी मानली जाते. त्याचे उत्पादन केरळमध्ये सर्वांत अधिक आहे.

भारतातील कॉफीचे जन्मस्थान म्हणजे चिकमंगळूर. सतराशे वीसच्या सुमारास कॉफी भारतात आली. त्याबद्दल असे सांगितले जाते की, 'बाबा बुढाणा नावाचा एक फकीर मक्केहून येताना येमेनला थांबला होता. तिथून त्याने आपल्याबरोबर चोरून कॉफीच्या सात बिया आणल्या. इथे चोरून हा शब्द वापरला आहे कारण त्यावेळी अरब देशातून कॉफीच्या बिया बाहेर नेणे, हे बेकायदेशीर होते. इतके की अरब देशात कॉफीची लागवड अगदी बंदोबस्तात केली जाई व त्या मळ्यात कोणालाही सहजा सहजी प्रवेश मिळत नसे.'

बाबा बुढाणाने त्या सात बिया कर्नाटकातील चंद्रगिरी टेकड्यांवर लावल्या. त्यातल्या काही बिया रुजल्या व भारतात कॉफीचा प्रवेश झाला. या लागवडीचा पुढे विस्तार होत गेला. कॉफीच्या लागवडीखाली असलेला काही भाग आजही बाबा बुढाणा या फकिराच्या नावाने ओळखला जातो. कालांतराने कॉफीच्या झाडांची चिकमंगळूर भागात विविध ठिकाणी लागवड केली गेली. कॉफीची झाडे एकदा लावली की त्यातून वर्षानुवर्षे कॉफीचे उत्पादन मिळते. एक झाड सुमारे ५० ते ५५ वर्ष उत्पादन देते.

डोंगर आणि दऱ्यांनी वेढलेले चिकमंगळूर हे पूर्णपणे शांत वातावरण असलेले ठिकाण आहे. आकर्षक कॉफीचे मळे, गवताळ पर्वत, घनदाट जंगले आणि मंत्रमुग्ध करणारे धबधबे हे चिकमंगळूरचे खरे रूप आहे. हे गाव 'कर्नाटकची कॉफी लँड' म्हणून ओळखले जाते. चिकमंगळूरचा इतिहास आणि कॉफी साजरी करण्याची परंपरा फार जुनी आहे. हे गाव देशातील सर्वाधिक कॉफी उत्पादकांपैकी एक असून तेथील जीवनशैली आणि संस्कृती कॉफीभोवती विकसित झाली आहे. कॉफी इस्टेटवरील होम स्टे हे तेथील एक मुख्य आकर्षण आहे.

त्या भागात चिकमंगळूरच्या कॉफी संस्कृतीचा अनुभव देणारी लक्झरी रिसॉर्ट्स देखील आहेत. या रिसॉर्टमध्ये तुम्ही कॉफी पिकिंग, कॉफी तयार करणे तसेच स्थानिक पाककृती सत्रे अनुभवू शकता तसेच तेथील संस्कृतीची सखोल माहिती घेऊ शकता. चिकमंगळूरच्या कॉफीच्या मळ्यात व रिसॉर्टवर असे विविध प्रकारचे अनुभव घेताना तुम्ही कॉफीमय होऊन जाता.

चिकमंगळूरच्या लोकसंख्येचा एक मोठा भाग प्रत्यक्ष आणि अप्रत्यक्षरित्या कॉफीच्या मळ्यातून आपली उपजीविका कमावतो. अनेक लोक कॉफी इस्टेटवर काम करतात तर बरेच लोक चिकमंगळूरमधील रिसॉर्ट्स, होम स्टे अशा ठिकाणी काम करतात.

चिकमंगळूरमध्ये जागोजागी कॅफेज व कॉफीची दुकाने आहेत. त्यातल्याच एका कॅफेमध्ये गेलो असता आत शिरल्या शिरल्या समोर एक पाटी नजरेस पडली. त्यावर लिहिले होते की 'सच्चे कॉफीबाज म्हणतात की कॉफी पिण्याची खरी पद्धत म्हणजे आधी त्या कॉफीचा वास घ्यायचा, तिचा गंध अनुभवायचा आणि मगच कॉफी तयार करून तिचा घोट घ्यायचा.' मी अगदी उत्सुकतेने त्या पाटीजवळ गेले तर शेजारी टेबलवर सात आठ प्रकारची कॉफी ठेवली होती व त्या प्रत्येक कॉफीजवळ तिची माहिती लिहिलेला कागद ठेवला होता. मग काय मी पण सच्च्या कॉफीबाज माणसासारखा त्या कॉफीचा वास घेतला, तिचा गंध अनुभवला आणि मग मला आवडलेली कॉफी तयार करायला सांगितली.

चिकमंगळूरच्या एका कॉफी इस्टेटवर राहात असताना तेथील स्पाच्या बाहेर 'कॉफी हे एक नैसर्गिक सौंदर्य प्रसाधन आहे.' असे लिहिले होते. तेथील सर्व स्पामध्ये कॉफी मसाज हा प्रकार फारच लोकप्रिय आहे. त्यामध्ये खोबरेल तेलात कॉफी मिसळून त्याने संपूर्ण शरीराला मसाज केला जातो. त्यामुळे त्वचेवरील मृत पेशी निघून जातात व त्वचा एकदम नरम होते. त्या स्पामध्ये पेडिक्युअरमध्ये देखील पायावरील मृत पेशी काढून टाकण्यासाठी कॉफीचा वापर केला जातो.

स्वयंपाकघरातील अनेक पदार्थ आपल्या त्वचेसाठी उपयुक्त असतात व कॉफी ही त्यापैकीच एक आहे. कॉफी ही एक उत्तम एक्सफोलिएंट आहे. व ते सर्वप्रकारच्या त्वचेसाठी उपयुक्त आहे. वाढत्या वयाबरोबर त्वचेला सुरकुत्या पडतात. त्यासाठी कॉफी वापरून वेगवेगळ्या प्रकारचे फेस मास्क तयार करतात.

त्यासाठी कॉफीमध्ये दूध, मध, हळद, लिंबाचा रस, तेल असे पदार्थ वापरले जातात.

त्वचेप्रमाणेच केसांच्या आरोग्यासाठी देखील कॉफीचा उपयोग केला जातो. सध्याच्या धकाधकीच्या जीवनात अनेकांना केसांच्या विविध समस्यांना सामोरे जावे लागते. कॉफी पाण्यामध्ये चटकन विरघळत नाही त्यामुळे केसांचे स्क्रबिंग करण्यासाठी कॉफी हा एक उत्तम पर्याय आहे. केस नैसर्गिकरित्या रंगवण्यासाठी देखील कॉफी वापरली जाते. कॉफी इस्टेटवरील स्पामध्ये कॉफी वापरून आपले सौंदर्य कसे खुलवता येते, ते समजले.

अशा तऱ्हेने चिकमंगळूरच्या वास्तव्यात कॉफीबद्दलच्या अशा खूप मजा अनुभवता आल्या.

भारतातील आणखी एक कॉफी उत्पादक भाग म्हणजे 'कॉफी कंट्री' म्हणून ओळखले जाणारे कूर्ग. असंख्य तलाव, हिरव्यागार टेकड्या, समृद्ध वनस्पती आणि प्राणी यांनी वेढलेले कूर्ग कॉफीसाठी प्रसिद्ध असून तिथे मैलो न मैल पसरलेले कॉफीचे मळे व अनेक कॉफी इस्टेटस दिसून येतात. हा भाग जैव विविधता असलेला प्रदेश असल्याने तेथील माती पोषक तत्त्वांनी समृद्ध अशी आहे. प्रशिक्षित मजूर, पाण्याचा निचरा होणारी जमीन, योग्य पाऊस, उत्तम रस्ते आणि रेल्वे मार्गाची जोडणी यामुळे कूर्गमधील कॉफी उद्योगाला चांगलाच हातभार लागला आहे.

भारतात पिकणाऱ्या कॉफीपैकी जवळजवळ ४०% कॉफी कूर्गमध्ये पिकते. तेथील एके काळी निर्जन असलेल्या बहुतेक जमिनींवर आज कॉफीचे मळे दिसून येतात. त्यातील बहुसंख्य मळे हे एखाद्या कुटुंबाच्या मालकीचे आहेत. कूर्गमधील कॉफीबद्दल आमच्या ज्या छान आठवणी आहेत, त्या भारतीय टेनिस विश्वातला दिग्गज खेळाडू रोहन बोपण्णा व त्याच्या कॉफी इस्टेटमुळे. कूर्गमधील राजा प्रभा या कुटुंबाच्या मालकीच्या कॉफी इस्टेटवर लहानाचा मोठा झालेला रोहन म्हणतो, ''कॉफी इस्टेटवर मला खूप काही शिकायला मिळाले. माझ्या वडिलांनी कॉफी इस्टेटवर एक टेनिस कोर्ट तयार करून घेतले होते व मी टेनिसचे पहिले धडे त्या कोर्टवर घेतले.

वयाच्या दहाव्या वर्षी रोहन टेनिस शिकण्यासाठी कूर्गहून पुण्याच्या अॅकॅडमीमध्ये दाखल झाला. माझी मुलगी राधिका आणि रोहन एकाच

ॲकॅडमीमध्ये टेनिस शिकत असल्यामुळे बऱ्याच वेळा तो घरी येत असे. त्यावेळी त्याला माझे कॉफीप्रेम कळले असावे, त्यामुळे सुट्टीहून परत येताना तो माझ्यासाठी घरच्या कॉफीचा पुडा घेऊन येई.

त्याच्या इस्टेटवरील ताज्या कॉफीचा गंध आणि चव अजूनही माझ्या लक्षात आहे. कॉफी आणि टेनिस हे दोन रोहनच्या आयुष्यातले महत्त्वाचे भाग आहेत. त्या प्रमाणे टेनिसच्या जोडीने त्याने आज त्याचे स्वत:चे कॉफीचे दोन ब्रँड्स सुरू केले आहेत. त्यातला एक म्हणजे 'फ्लाइंग स्क्विरल' आणि दुसरा म्हणजे 'मुवेरिक अँड फार्मर'. त्यांना रोहन बोपण्णाची मास्टरब्लेंड असे म्हटले जाते.

नुकतेच रोहनला अतिशय मानाच्या अशा 'पद्मश्री' पुरस्काराने सन्मानित करण्यात आले. आपल्या सर्वांसाठी ही खचितच अभिमानाची गोष्ट आहे.

९

आराकू कॉफी

नवी दिल्ली येथे २०२३ मध्ये झालेल्या जी २० शिखर परिषदेत सहभागी झालेल्या देशोदेशींच्या राष्ट्रप्रमुखांना पंतप्रधान मोदीजींनी एक खास वस्तू भेट म्हणून दिली. ती भेटवस्तू म्हणजे भारताची खासियत असणाऱ्या सहा वस्तू ठेवलेली पेटी होती. नक्षीदार पितळी पट्टीने सजवलेल्या त्या शिशम लाकडाच्या पेटीत उच्च प्रतीचे केशर, दार्जिलिंग चहा, सुंदरबन मध, आराकू कॉफी, काश्मिरी पश्मिना व झिग्राना अत्तर अशा भारतीय संस्कृतीचे दर्शन घडवणाऱ्या सहा गोष्टी होत्या.

त्यावेळी या भेटवस्तूंमधील आराकू कॉफीबद्दल बरीच चर्चा झाली व लोकांचे त्या विषयीचे कुतुहल वाढले. दक्षिण भारतात आराकू कॉफी खूपच लोकप्रिय आहे; पण देशाच्या इतर भागांतील लोकांना ती फारशी परिचित नाही. आंध्रप्रदेशातील हिरव्यागार आराकू

व्हॅलीत पिकणाऱ्या या खास कॉफीला त्या व्हॅलीच्या नावावरून 'आराकू' हे नाव मिळाले आहे.

विशाखापट्टणम गावापासून सुमारे ११० किलोमीटर अंतरावर ब्रिटिश राजवटीत आराकू व्हॅलीमध्ये प्रथम कॉफीची लागवड करण्यात आली. या व्हॅलीतील जमीन व हवामान कॉफी उत्पादनासाठी अतिशय अनुकूल असे आहे. तेथील माती लाल रंगाची व लोहाने समृद्ध असून त्या भागाला 'लँड ऑफ रेड सॉईल' असे म्हटले जाते. आराकू खोऱ्यातील हवा दिवसा गरम आणि रात्री खूप थंड असते. अशा हवामानात कॉफीची फळे अगदी मंदपणे पिकतात व त्यामुळे आतील बियांना उत्तम चव आणि स्वाद मिळतो. या भागात प्रामुख्याने अरेबिका कॉफीची लागवड करण्यात येते.

आराकू व्हॅलीमध्ये अनेक टोळ्यांचे वास्तव्य असून त्यातील सर्वांत मोठी टोळी म्हणजे आराकू टोळी. या टोळ्यांतील लोक त्यांच्याकडे असलेल्या लहानमोठ्या जमिनीच्या तुकड्यात कॉफी व इतर धान्य लावत असत. धान्य घरी वापरासाठी होत असे; पण कॉफीच्या बियांना मिळणाऱ्या दरासाठी त्यांना मध्यस्थावर अवलंबून राहावे लागे. योग्य मोबदला मिळत नसल्याने तिथे खूप गरिबी होती. पुरेसे अन्नपाणी नाही, शिक्षणाचा अभाव अशा परिस्थितीत ते आदिवासी राहात होते.

एका सेवाभावी संस्थेने या व्हॅलीमध्ये सामाजिक आणि सार्वजनिक आरोग्य प्रकल्प सुरू करण्याच्या दृष्टीने पहिले पाऊल उचलले. या टोळ्यांमधील आदिवासींच्या मुलींना शिक्षण मिळावे, हा त्या प्रकल्पामधील महत्त्वाचा मुद्दा होता. आपल्या मुलींना शाळेत पाठवण्यासाठी आदिवासींना पैसे मिळणे आवश्यक होते. त्यासाठी संस्थेने त्या भागातील कृषी क्षमता पडताळून पाहिली. पाहणीअंती त्यांच्या असे लक्षात आले की, स्वतःकडे जी काय जमीन आहे त्यात ते आदिवासी धान्य पेरून त्यावर आपली गुजराण करत आहेत. कॉफीसाठी अनुकूल अशा जमिनीत त्यांनी धान्याचे पीक न घेता कॉफी लावावी, असे प्रयत्न संस्थेने सुरू केले. कॉफीची झाडे नैसर्गिकरित्याच वाढतात आणि निसर्गच त्यांची काळजी घेतो, अशी आदिवासींची समजूत होती. त्यामुळे मनुष्यप्राण्यालाच कॉफीच्या झाडाची योग्य ती काळजी घ्यावी लागते आणि त्याला खतपाणी करावे लागते तरच त्यावर उत्तम दर्जाच्या भरपूर बेरीज येतात, हे त्यांना पटवून द्यावे लागले.

या संस्थेने पुढाकार घेऊन तिथे सहकारी तत्त्वावर कॉफीची शेती करणे सुरू केले गेले. त्यायोगे आदिवासींना कॉफीच्या बियांचे योग्य पैसे मिळू लागले. त्यानंतरची पायरी म्हणजे मळ्यात काम करणाऱ्या आदिवासींना कॉफीची फळे सुकवण्यापासून भाजण्यापासून दळण्यापर्यंतच्या सर्व नैसर्गिक प्रक्रियांबद्दल शिक्षण देऊन त्यांच्याकडून तयार कॉफीची भुकटी उत्तम किंमत देऊन विकत घेणे. यात मध्यस्थांचे पैसे वाचल्यामुळे आदिवासींना त्यांच्या मळ्यात तयार होणाऱ्या कॉफीला चांगला मोबदला मिळू लागला. संस्थेने त्यापुढे जाऊन आदिवासी लोकांना हाताशी घेऊन मोठ्या प्रमाणावर कॉफीची लागवड केली. आदिवासींना चांगला रोजगार मिळाल्यामुळे आर्थिक पाठबळ मिळाले. आज या भागातले आदिवासी कॉफीची शेती करणारे अभिमानी शेतकरी बनले आहेत.

ही योजना व्यवस्थित चालल्यानंतर संस्थेने २०१५ मध्ये सहकारी चळवळीयोगे स्वतःचा कॉफी ब्रँड सुरू केला आणि आराकू या भारतीय कॉफीचा जन्म झाला. आराकू ही शेतातून ग्राहकापर्यंत कोणत्याही मध्यस्थाशिवाय पोहोचवली जाणारी पहिली 'सेंद्रिय स्पेशालिटी कॉफी' ठरली. त्याला कॉफीच्या बियांपासून थेट तुमच्या कपापर्यंत -सीड टू कप -असे म्हटले आहे. हे उद्दिष्ट साध्य करण्यासाठी शेतकऱ्यांना त्यांच्या कामाचा योग्य असा मोबदला, ग्राहकासाठी कॉफीचा उत्तम दर्जा, स्वाद आणि चव आणि पर्यावरणासाठी पुनरुत्पादक शेती ही सूत्रे अवलंबली गेली व त्यात उत्तम यश मिळाले.

कॉफी उत्पादनामुळे आराकू व्हॅलीतील लोकांना शिक्षण, वैद्यकीय सेवा चांगले अन्न आणि पिण्याचे पाणी या पायाभूत सेवा मिळाल्या. कॉफीच्या शेतीमुळे त्यांच्या जीवनात आमूलाग्र बदल घडून आला. त्यांची गरिबी दूर होऊन त्यांच्यात एकप्रकारचा आत्मविश्वास आला.

आराकू या 'बियांपासून कपापर्यंत' पोहोचणाऱ्या वैशिष्ट्यपूर्ण कॉफीचे बी हलके व मध्यम आकाराचे असून त्यांची चव किंचित आंबट गोड असते. त्या कॉफीमध्ये कधी मधाचा गोडवा असतो, कधी ती चेरीच्या फळासारखी लागते. तर क्वचित तिला वाईनसारखी हलकी चव येते. अशा या आराकू कॉफीला मोदीजींनी खास भेटवस्तूंच्या संचात सामील करून तिचा एकप्रकारे सन्मानच केला आहे, असे म्हटले पाहिजे. त्यामुळे आराकू कॉफी आणि तिची कहाणी जगभरात पोहोचली.

१०

चिखलदरा
येथील कॉफी

कॉफीची शेती बघण्यासाठी लोक मुद्दाम आसाम, केरळ अथवा कूर्ग अशा ठिकाणी भेट देतात : पण महाराष्ट्रातील लोकांना असे कॉफीचे मळे चिखलदरा या अमरावती जिल्ह्यातील एका अतिशय सुंदर अशा हिल स्टेशनवर बघायला मिळतात. 'विदर्भाचे काश्मीर' म्हणून ओळखले जाणारा हिरवळीचा गालिचा पसरलेला हा प्रदेश बघताक्षणीच मन मोहून घेतो. समुद्रसपाटीपासून ३५०० फूट उंचीवर असलेले चिखलदरा सातपुडा पर्वतराशींच्या कुशीत वसलेले असून निसर्गरम्य सौंदर्याव्यतिरिक्त तिथे उत्कृष्ट चवीच्या व स्वादाच्या कॉफीचे उत्पादन होते.

चिखलदरात कॉफीची लागवड करणे कसे सुरू झाले, याबद्दल असे सांगण्यात येते की, हैद्राबाद रेजिमेंटच्या कॅप्टन रॉबिन्सनच्या पाहणीत हा प्रदेश आला. तेथील निसर्ग सौंदर्य व आल्हाददायक वातावरण बघून ते प्रभावित झाले. त्यांनी हे ब्रिटिश अधिकाऱ्यांच्या कानावर घातले व अल्पावधीतच चिखलदरा हे ब्रिटिशांचे उन्हाळ्यात जाण्याचे ठिकाण बनले. या प्रदेशातील सुपीक माती, योग्य उंची व थंड हवामान कॉफीसाठी अगदी अनुकूल आहे, असे ब्रिटिशांच्या लक्षात आले व त्यांनी तिथे कॉफीच्या लागवडीचे प्रयोग करण्यास सुरुवात केली. त्याचे प्रयोग यशस्वी होऊन लवकरच चिखलदरा हा कॉफी उत्पादक प्रदेश झाला. रॉबीन्सनने

त्यावेळी ५० हेक्टर जागेत लावलेली कॉफीची बाग आज देखील जशीच्या तशी आहे. इंग्रजांच्या काळात चिखलदरात पिकणारी कॉफी चेन्नई येथील पोल्सन कंपनीला पाठवण्यात येई.

आज चिखलदरा हे नैसर्गिक सौंदर्य, वन्यजीवन आणि कॉफीचे मळे असलेले गाव म्हणूनच ओळखले जाते. तेथील डोंगर दऱ्यातील शेकडो एकरात कॉफीचे मळे पसरले आहेत. या भागात आंब्याच्या आणि वडाच्या झाडांच्या सावलीत कॉफीची रोपे लावण्याचा प्रयत्न केला गेला व तो यशस्वी झाला.

चिखलदराच्या कॉफीच्या मळ्यात विविध जातीची कॉफी पिकवली जाते. तिथे अरेबिका आणि रोबस्टा या प्राथमिक जाती तर पिकतातच पण त्या व्यतिरिक्त कॉफीच्या इतर जातीही तिथे पिकतात. त्यात प्रामुख्याने लिबेरिका, एक्सेल्सा आणि कॅटीमोर या प्रजातींचा समावेश आहे. यातील प्रत्येक जातीच्या कॉफीला स्वतःचा असा वेगळा स्वाद आणि चव आहे. कॉफी उद्योगात त्या वेगवेगळ्या कारणांसाठी वापरल्या जातात. चिखलदराची अरेबिका कॉफी चव आणि स्वादासाठी तर रोबस्टा कॉफी काहीशा मातकट आणि कडू चवीसाठी ओळखली जाते. पुराणातील दाखल्यांनुसार पांडवांनी वनवासातील काही काळ चिखलदरात घालवला होता. या गावाला चिखलदरा हे नाव कसे पडले, याची एक कहाणी आहे. ती अशी की, अज्ञातवासात असताना भीमाने जुलमी राजा कीचकला या ठिकाणी ठार केले व त्यावरून त्याला कीचकदरा व त्याचा अपभ्रंश होऊन चिखलदरा हे नाव पडले. या कहाणीला पुष्टी देणारे 'भीमकुंड' व 'कीचकदरी' या दोन गोष्टी इथे बघावयास मिळतात. भीमाने कीचकाचा वध करून त्याला दरीत फेकून दिले होते त्या दरीला कीचक दरी म्हणतात व एका कुंडात भीमाने अंघोळ केली होती. म्हणून त्याला 'भीम कुंड' म्हणतात. यातले खरे खोटे माहिती नाही; पण आजही पर्यटक या दोन्ही गोष्टी बघायला जातात.

११

विविध नावांच्या कॉफी

हल्ली लोकांना कॉफी हाऊस किंवा कॅफेमध्ये जाण्याची क्रेझ आली आहे; मात्र तिथे गेल्यावर मेन्यूकार्डवरील कॉफीची नावे बघून डोके चक्रावते. वेगवेगळ्या प्रकारच्या कॉफीची नावे वाचून त्यातली कोणती कॉफी ऑर्डर करावी, हे समजत नाही. तसेच ती कॉफी कशी लागेल त्यात काय काय घटक असतील ते देखील समजत नाही. सामान्यत: लोकांना गरम कॉफी, कोल्ड कॉफी, फिल्टर कॉफी हे प्रकार माहीत असतात. परंतु, त्या व्यतिरिक्त कॉफीचे इतरही अनेक प्रकार अहेत. आपण आता त्या सगळ्या प्रकारच्या कॉफीची ओळख करून घेऊ.

जगभरात लोकप्रिय असलेली कॉफी म्हणजे एस्प्रेसो. ही एक खास इटालियन कॉफी आहे. एस्प्रेसो म्हणजे दळलेल्या कॉफीतून दाबाच्या साहाय्याने उकळते पाणी सोडून तयार केलेली कॉफी. ही काळी

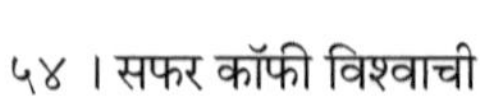

कॉफी खूप स्ट्राँग आणि कडवट चवीची असते. अशा पद्धतीने तयार केलेली एक औस कडक कॉफी म्हणजे एस्प्रेसोचा एक शॉट. इटालियन पद्धतीनुसार ती एक शॉट कॉफी एका घोटात संपवायची असते. ही एस्प्रेसो कॉफी तयार करण्यासाठी खास मशीन असते.

अँजेलो मोरिऑन्डो यांना एस्प्रेसो कॉफी मशीनचे गॉडफादर मानले जाते. त्या काळात इटलीमध्ये कॉफी खूपच लोकप्रिय होती. मात्र कॉफी तयार होण्यासाठी बराच वेळ लागत असल्याने ग्राहकांची गैरसोय होत असे. ते दुकानाबाहेर रांगा लावून उभे राहत. मोरिऑन्डोने बराच विचार व प्रयत्न करून एका वेळी अनेक कप कॉफी तयार करू शकणारे मशीन तयार केले. हेच ते एस्प्रेसो कॉफी मशीन. ते मशीन त्याने ट्युरीन येथील जनरल एक्स्पोमध्ये सादर केले व कांस्य पदक मिळवले. नंतरच्या वर्षात मोरिओन्डोचे त्या मशीनवर प्रयोग करणे व त्यात सुधारणा करण्याचे काम चालूच होते. अठराव्या शतकाच्या शेवटी त्याच्या मनाजोगे मशीन तयार झाल्यावर त्यांनी एस्प्रेसो मशीनचे पेटंट घेतले.

या मशीनमध्ये तयार केलेली एस्प्रेसो कॉफी ही आज अनेक प्रकारच्या कॉफीचा बेस बनली आहे.

लाते

कॅफेलेट हा शब्द इटालियन भाषेतला असून त्याचा अर्थ दूध घातलेली कॉफी असा आहे. लाते ही एक दुधाळ कॉफी आहे. एक भाग एस्प्रेसो कॉफी आणि दोन भाग दूध असे एकत्र करून लाते कॉफी बनवली जाते व ती उंच ग्लासमधून सर्व्ह केली जाते.

अमेरिकानो कॉफी

दुसऱ्या महायुद्धाच्या वेळी इटलीमध्ये वास्तव्यास असलेल्या अमेरिकन सैनिकांना कडक एस्प्रेसो कॉफी फारशी आवडली नाही. म्हणून त्यांनी त्या कॉफीत त्यांच्या आवडीप्रमाणे बदल केला. त्या कडक एस्प्रेसो कॉफीमध्ये त्यांनी गरम पाणी घातले आणि तयार झाली आजची अमेरिकानो कॉफी. ती तयार करण्यासाठी त्यांनी १/३ एस्प्रेसो कॉफी घेऊन त्यात २/३ पाणी घातले.

काही वेळा अर्धा भाग एक्स्प्रेसो आणि अर्धा भाग पाणी असे प्रमाण ठेवले.

कापुचिनो कॉफी

कापुचिनो ही खास इटालियन कॉफी असून ती तयार करताना एस्प्रेसो कॉफी, उकळते दूध आणि घट्ट फेस सम प्रमाणात घेऊन एकत्र केले जाते. वर फेस असलेली कॉफी कापुचिनो माँक्सनी घातलेल्या टोपीसारखी दिसते म्हणून तिला 'कापुचिनो' हे नाव पडले. एस्प्रेसो कॉफीमध्ये गरम दूध आणि वरती भरपूर फेस ही कापुचिनो कॉफीची ओळख आहे. बरेच वेळा त्यावर कोको पावडर भुरभुरली जाते. प्रत्येक ठिकाणी कापुचिनो तयार करण्याची शैली वेगवेगळी असते.

फ्लॅट व्हाईट

फ्लॅट व्हाईट ही एक एस्प्रेसो आणि कापुचिनोच्या मधली कॉफी आहे. कापुचिनो कॉफीवर जो दुधाचा फेसाळ थर असतो, त्यापेक्षा कमी जाडीचा थर म्हणजे मायक्रो फोम मिल्क. फ्लॅट व्हाईट कॉफी तयार करताना एस्प्रेसो कॉफीवर दुधाच्या फेसाचा पातळ थर दिला जातो. एस्प्रेसो कॉफी ही एकदम कडक असते तर कापुचिनोमध्ये दूध आणि क्रीम असते. त्यामुळे फ्लॅट व्हाईट हा दोन्हींच्या मधला पर्याय आहे.

मोका

मोका ही देखील भरपूर दूध वापरून केलेली कॉफी असते. त्यात एस्प्रेसो कॉफी वा कॉफी पावडरच्या जोडीने चॉकलेट सिरप अथवा कोको पावडर व साखर घातली जाते. यामुळे कॉफीचा कडूपणा बऱ्याच प्रमाणात कमी होतो. या कॉफीला मोकाचिनो असे देखील म्हटले जाते.

मॉकियाटो

मॉकियाटो कॉफी देखील लाटेप्रमाणेच दुधाळ कॉफी असून ती तयार करायची पद्धत लातेपेक्षा थोडी वेगळी आहे. ती तयार करताना गरम दुधाने भरलेल्या ग्लासमध्ये हळूहळू एस्प्रेसो कॉफी मिसळली जाते.

कॉफीची
जागतिक क्रमवारी

टेस्ट ॲटलास हा एक लोकप्रिय असा फूड आणि ट्रॅव्हल गाईड आहे. नुकतीच त्यांनी जगातील उत्तम चवीच्या कॉफीची क्रमवारी जाहीर केली व त्यात क्युबाच्या 'क्युबानो कॉफी'ने प्रथम तर दक्षिण भारतातील 'फिल्टर कापीने' दुसऱ्या क्रमांकाचे स्थान पटकावले आहे.

कॉफीची चव, तिचा स्वाद, ती तयार करण्याची पद्धत व त्या कॉफीची लोकप्रियता असे विविध निकष लावून टेस्ट ॲटलासने जगातील अडतीस प्रकारच्या कॉफीची निवड केली. त्या अडतीस प्रकारच्या कॉफीची परत एकदा चाचणी घेऊन त्यातल्या दहा उत्तम कॉफीची निवड केली. त्या दहा प्रकारच्या कॉफी म्हणजे

- कॅफे क्युबानो   - क्यूबा
- एस्प्रेसो फ्रेडो   - ग्रीस
- कॅपूचिनो   - इटली
- रिस्ट्रेटो   - इटली
- इस्काफी   - जर्मनी

- फिल्टर कॉफी   - भारत
- फ्रेडो कापुचिनो   - ग्रीस
- टर्किश कॉफी   - टर्की
- फ्रॅपे -   - ग्रीस
- व्हिएतनामी आईस्ड कॉफी

यापैकी फिल्टर कॉफी, कापुचिनो, टर्किश कॉफी, इस्काफी व व्हिएतनामी आईस्ड कॉफीची माहिती त्या त्या लेखांमध्ये लिहिली आहेच. एस्प्रेसो फ्रेडो, फ्रेडो कापुचिनो व फ्रापे या ग्रीक कॉफीच्या रेसिपींसह माहिती ग्रीक कॉफी या लेखात आहे तर रिस्ट्रेटो कॉफीची माहिती इटालियन कॉफी या लेखात आहे. आता जाणून घेऊया, पहिला नंबर पटकावणारी कॅफे क्युबानो व क्युबा या देशाविषयी माहिती

क्युबा हे कॅरिबियन समुद्रातील सर्वांत मोठे बेट असून चौदाव्या शतकात ख्रिस्तोफर कोलंबसने आपल्या पहिल्या प्रवासादरम्यान हे बेट शोधले. या देशाच्या आजूबाजूला मेक्सिको, जमैका, बहामा व डॉमिनिकन प्रजासत्ताक हे देश असून उत्तरेला अमेरिकेतील फ्लॉरिडा राज्य आहे. हावाना ही क्युबाची राजधानी व देशातील प्रमुख शहर आहे.

क्युबामध्ये अनेक वर्षं चालू असलेली जुलमी व हुकुमशाही राजवट 'फिडेल कॅस्ट्रो' यांनी लष्करी लढा देऊन उलथवून टाकली व क्युबाची सत्ता हस्तगत केली. त्यानंतर अनेक वर्षे कॅस्ट्रोंनी देशाची धुरा समर्थपणे पेलली. क्युबा हे जगातील काही मोजक्या कम्युनिस्ट राष्ट्रांपैकी एक असून आज त्या देशात राजकीय स्थैर्य व शांतता आहे.

सुमारे दोनशे वर्षांपूर्वी कॉफीची ओळख झालेला हा देश आज कॉफीच्या उत्पादनात अग्रेसर मानला जातो. क्युबामध्ये जसे कॉफीचे उत्पादन वाढत गेले तसे तिथे कॉफीने राष्ट्रीय व सामाजिक स्तरावर आपले असे एक वेगळे स्थान निर्माण केले. तिथे कॉफी हे नुसते पेय नसून क्युबातील दैनंदिन संस्कृतीचा एक महत्त्वपूर्ण भाग आहे. असे असून सुद्धा एक काळ असा होता की, क्युबामध्ये कॉफीचे रेशन होते. त्यावेळी लोकांना दरमहा फक्त चार औंस एवढीच कॉफी दिली जाई, त्यामुळे लोक त्या कॉफीत चणे किंवा चिचारो बीन्स मिसळत. ती कॉफी साखरेने गोड करून लहानशा कपातून सर्व्ह केली जात असे. हे पेय 'कॅफे कॉन चिचारो' म्हणून ओळखले जात असे.

'कॉफी म्हणजे आदरातिथ्य' असे मानणाऱ्या या देशात वेगळ्या वेगळ्या प्रकारचे कॅफे अस्तित्वात आहेत. 'व्हेंटेलिना' म्हणून ओळखले जाणारे 'विंडो कॅफे' ही क्युबामधील खास गोष्ट आहे. विंडो कॅफे म्हणजे खासगी घराच्या खिडकीतून त्या घरात तयार केलेली कॉफी सर्व्ह केली जाते. लोक त्या खिडकीजवळ उभे राहून कॉफीचा आस्वाद घेतात. ही कॉफी त्या परिसरातील कॅफेज किंवा रेस्टॉरंटपेक्षा

खूपच स्वस्त असते. क्युबामधील दुसरी एक पद्धत म्हणजे कॅफेच्या किंवा दुकानांच्या बाहेरील टेबलवर एका मोठ्या ग्लासमध्ये किंवा जगमध्ये क्युबन कॉफी तयार करून ठेवतात. त्याच्या बरोबर लहान आकाराचे ग्लासदेखील ठेवलेले असतात. त्या टेबलच्या भोवती बसून वा उभे राहून, सिगार ओढत लोक त्यातली कॉफी शेअर करतात.

सिगार आणि कॉफी ही क्युबाची खासियत आहे. तिथे कॉफी पिणे आणि त्याबरोबर सिगार ओढणे या दोन गोष्टी अतिशय लोकप्रिय आहेत. क्युबामध्ये सिगार ओढणाऱ्या लोकांचे प्रमाण खूपच जास्त असून त्यावेळी त्यांना कॉफीची सोबत हवी असते.

कॅफे क्युबानो

कॅफे क्युबानो हा एक एस्प्रेसोचा प्रकार असून त्याचा उगम क्युबामध्ये झाला आहे. ही कॉफी क्युबन एस्प्रेसो किंवा क्युबन शॉट म्हणून ओळखली जाते.

क्युबन कॉफीमध्ये अनेक वैशिष्ट्ये आहेत. ती तयार करण्याची पद्धत, त्यातील काहीसा चिकटसर गोडवा आणि जाड पोत यामुळे ती इतर प्रकारच्या कॉफीपेक्षा वेगळी बनते. काही प्रकारच्या क्युबन कॉफीमध्ये तपकिरी साखर (डेमेरेरा साखर) वापरली जाते. ती खूप गोड असून सिरपसारख्या पोताची असते. कॅफे क्युबानो कॉफी म्हणजे गडद तपकिरी रंगावर भाजलेल्या कॉफी पावडरपासून तयार केलेली एस्प्रेसो कॉफी असते. एस्प्रेसो कॉफी ज्या भांड्यात पडते त्या भांड्यात डेमेरेरा साखर घातली जाते व त्या साखरेवर एस्प्रेसो कॉफी पडली की कॉफीवर अगदी फिक्या तपकिरी रंगाचा फेस तयार होतो. अशी साखरयुक्त कॉफी क्रीमच्या फेसामध्ये अलगदपणे मिसळली जाते. या प्रकारची कॉफी क्युबामध्ये विशेषत: सकाळी व जेवणासोबत प्यायली जाते. क्युबन जेवण हे कॉफीशिवाय पूर्ण होऊ शकत नाही.

१३

ग्रीक कॉफी

ग्रीस हा दक्षिण युरोपमधील भूमध्य समुद्राच्या किनाऱ्यावर वसलेला देश असून त्याला खूप लांबलचक समुद्र किनारा लाभला आहे. विविधरंगी बेटे हे ग्रीसचे वैशिष्ट्य आहे. त्या बेटांमध्ये भौगोलिक विविधता असून बहुतेक बेटे ही ज्वालामुखीपासून तयार झाली आहेत. सँतोरिनी हे ग्रीसमधील सर्वांत प्रसिद्ध बेट आहे. ग्रीसचा एगियन समुद्र हा त्याच्या पाण्याच्या रंगासाठी प्रसिद्ध असून त्या समुद्राचे गडद निळ्या रंगाचे पाणी म्हणजे एक भौगोलिक आश्चर्य आहे.

कॉफी हाऊस किंवा टॅवर्नमध्ये जाणे हा ग्रीक संस्कृतीतील एक अविभाज्य घटक आहे. टॅवर्न म्हणजे घरगुती पद्धतीचे पारंपरिक ग्रीक पदार्थ व ग्रीक कॉफी मिळण्याचे ठिकाण. टॅवर्नमधील पदार्थ हे स्थानिक लोक व पर्यटक दोघांच्या खिशाला परवडतील असे असल्यामुळे जागोजागी दिसणाऱ्या अशा जागा माणसांनी फुलून गेलेल्या दिसतात. ग्रीसचे हवामान समुद्राकाठी असते तसे दमट आणि गरम आहे. देशात जवळपास वर्षभर कडक उन्हाळा व कोरडी हवा असते. त्यामुळे ग्रीक लोक गरम पेयांपेक्षा गार पेय पिणे अधिक पसंत करतात. या गार पेयात बर्फाळ कॉफीचा नंबर खूपच वरचा लागतो. एस्प्रेसो फ्रेडो, फ्रेडो कापुचिनो आणि फ्राफे ही त्या बर्फाळ कॉफीची उदाहरणे आहेत.

फ्रापे, एस्प्रेसो फ्रेडो व फ्रेडो कापुचिनो

ग्रीक लोकांची आवडती कॉफी म्हणजे फ्रापे. या कॉफीचा उगम १९५७ च्या सुमारास झाला, असे मानले जाते. कडक इन्स्टंट कॉफी थोडे पाणी आणि साखर असे एका कॉफी शेकरमध्ये घालून फेस येईपर्यंत हलवून फ्रापे कॉफी तयार करता येते. शेकरमध्ये बहुतेक वेळा एक ग्लास फ्रापे तयार करता येते; पण एकापेक्षा जास्त ग्लास कॉफी तयार करायची असेल तर हँड मिक्सरचा वापर केला जातो. तयार झालेला फेस एका बर्फ घातलेल्या उंच ग्लासमध्ये घालून त्यावर दूध व पाण्याचे थंडगार मिश्रण ओतले जाते. अशा तऱ्हेने तयार केलेली चविष्ट फ्रापे ग्रीसमध्ये अतिशय लोकप्रिय आहे. रस्त्याच्या बाजूला असलेल्या कॅफेमध्ये बसून फ्रापेचा आस्वाद घेणे हा ग्रीक लोकांचा उन्हाळ्याच्या दिवसातला आवडता छंद आहे.

फ्रापे प्रमाणेच एस्प्रेसो फ्रेडो व फ्रेडो कापुचिनो या दोन प्रकारच्या कॉफीने देखील ग्रीसमध्ये चांगलीच लोकप्रियता मिळवली आहे. एस्प्रेसो फ्रेडो करण्यासाठी हँड मिक्सरची किंवा चांगल्या शेकरची जरूरी असते.

त्यामुळे फ्रेडोला सिल्की किंवा रेशमी टेक्श्चर मिळते. उत्तम चवीची फ्रेडो करण्यासाठी चांगल्या स्वादाची कॉफी पावडर, ताजे एस्प्रेसो शॉट्स व अचूक मापात बर्फ घालणे हे जरूरी असते. बर्फ जास्त झाला तर फ्रेडो पांचट लागते.

एस्प्रेसो फ्रेडो

साहित्य	कृती
२ शॉट म्हणजे सुमारे ६० मिली ताजी एस्प्रेसो कॉफी, १ मोठा चमचा साखर व तीन ते चार बर्फाचे खडे.	एस्प्रेसो शॉट्स, साखर व बर्फाचे खडे एका शेकरमध्ये घालून तो शेकर कॉफीला फेस येईपर्यंत चांगला हलवावा. तयार झालेली फेसाळ कॉफी बर्फाच्या चुऱ्याने भरलेल्या ग्लासात ओतावी.

साहित्य

२ मोठे चमचे इन्स्टंट कॉफी, २ मोठे चमचे साखर, २ मोठे चमचे पाणी, ६ ते ८ बर्फाचे खडे किंवा बर्फाचा चुरा व जरूरीप्रमाणे थंड गार पाणी.

कृती

एका भांड्यात कॉफी, साखर आणि पाणी एकत्र करून हँड मिक्सरने खूप फेटावे. या मिश्रणाला फिका तपकिरी रंग येऊन ते फेसाळ आणि हलके झाले की दोन उंच ग्लासात ते समप्रमाणात घालावे. त्यावर बर्फाचे खडे किंवा चुरा घालून वरून लागेल तसे थंड पाणी घाला. फ्रापे करताना कॉफी, साखर व पाणी हे समप्रमाणात घेतल्याने ती हलकी आणि फेसाळ होते.

फ्रेडो कापुचिनो

फ्रेडो कापुचिनो तयार करण्यासाठी एस्प्रेसो फ्रेडोचीच पद्धत वापरावी. पण फरक म्हणजे त्यावर गार फेसाळ दूध घालावे. फेसाळ दूध तयार करण्यासाठी ते शेकरमध्ये घालून खूप हलवावे व नंतर फ्रेडो कापुचिनोवर ओतावे.

या वर्षी जागतिक स्तरावरील उत्तम चवीच्या कॉफीची क्रमवारी लावण्यात आली व त्यात ग्रीसमधील एस्प्रेसो फ्रेडोने तिसरा, फ्रेडो कापुचिनोने चौथा तर ग्रीक फ्रापेने आठवा नंबर पटकावला. एकाच वर्षी जगातील पहिल्या उत्तम चवीच्या दहा कॉफींमध्ये ग्रीसमधील तीन कॉफीचा समावेश झाल्याने कॉफीजगतात तो एक विक्रम ठरला.

१४

इटलीचे
कॉफीशी नाते

इटली हे युरोपच्या दक्षिणेकडील एक द्वीपकल्प असून त्याला फ्रान्स, स्विझर्लंड व ऑस्ट्रिया या देशांचा शेजार लाभला आहे. सिसिली, सार्डिनिया अशासारखी अनेक बेटे इटलीचा भाग आहेत. पूर्वी इटलीमध्ये अनेक स्थलांतरित लोक राहात असत. तसेच अनेक राजवटींनी इटालियन प्रदेश व्यापला होता. त्यापैकी बहुतेक जणांच्या खाद्यपरंपरांचा ठसा देशातील त्या त्या भागांतील पदार्थांवर उमटला आहे. मुळातच इटली हा विविध संस्कृतींनी नटलेला देश असून तेथील खाद्यसंस्कृती व कॉफी संस्कृती हा त्याचाच एक भाग आहे.

कॉफीचा शोध जरी इथिओपियामधला असला तरी कॉफीचा युरोपभर प्रसार करण्याचे श्रेय इटलीला जाते. जेव्हापासून या देशात कॉफी बीन्स आल्या तेव्हापासून कॉफी इटालियन संस्कृतीचा एक भाग बनली. इटलीतल्या प्रत्येक भागात तयार केल्या जाणाऱ्या कॉफीचे एक वैशिष्ट्य व वेगळेपणा आहे. तिथे कॉफीबद्दलचे बरेच नियम आहेत. ती कशी व केव्हा प्यायची, कशी ऑर्डर करायची, काय ऑर्डर करायची हे ठरलेले असून प्रत्येक प्रकारची कॉफी पिण्यासाठी वेगवेगळ्या आकाराचे कप असतात.

तुम्ही बघाल तर इटलीमधील प्रत्येक शहरात कोपऱ्या कोपऱ्यावर कॉफी हाऊसेस असतात; पण तिथे त्याला 'बार' म्हटले जाते. कॉफी हाऊसला किंवा बारला नाव नसून त्यावर फक्त 'बार' असे लिहिलेले असते. त्यापैकी बहुतेक बार हे एखाद्या कुटुंबाच्या मालकीचे असून कुटुंबातील लोक तिथे काम करताना दिसून येतात.

हे बार म्हणजे कॉफी ब्रेकची जागा असते. इटलीमध्ये कॉफी ब्रेकला 'उना पावसा' म्हटले जाते. त्याचा अर्थ पॉज म्हणजे थांबा. जेव्हा ब्रेकची जरूर असते तेव्हा बारमध्ये जाऊन पटकन कॉफी प्यायची व पुढच्या कामाला लागायचे अशी साधारणपणे पद्धत असते. इटलीमध्ये बारमध्ये जाऊन मित्रमंडळींबरोबर तासन्‌तास कॉफी पीत व गप्पा मारत बसण्याची पद्धत नाही.

इटालियन लोकांचा कॉफीबद्दल बराच अभ्यास असून त्यांना कॉफीविषयी खूप माहिती असते. इटालियन बरिस्ता व कॉफी रोस्टर्सनी त्यांच्या कामात प्रभुत्व मिळवलेले असते व त्याचा त्यांना खचितच अभिमान असतो. या दोन्ही कामांसाठी आमच्या लोकांचा खूप सराव व अभ्यास असतो व म्हणूनच आमच्या देशात उत्तम कॉफी बनू शकते, असे इटालियन लोकांचे म्हणणे असते.

बरिस्ता हा शब्द इटालियन भाषेतला असून त्याचा अर्थ 'कॉफी बार अटेंडंट' असा आहे. बरिस्ता म्हणजे ज्या व्यक्तीच्या कामात कॉफी तयार करणे आणि ती सर्व्ह करणे, या कामाचा समावेश असतो ती व्यक्ती. कॉफी रोस्टर्स म्हणजे ज्या व्यक्तींचा कॉफीच्या बिया भाजण्याच्या कामात प्रत्यक्ष वा अप्रत्यक्ष सहभाग असतो ती व्यक्ती.

इटालियन लोक असा दावा करतात की, जगातील इतर देशांतील कॉफी संस्कृतीपेक्षा इटलीमधील कॉफी संस्कृती फार वेगळी असते. त्यासाठी त्यांनी दिलेले मुद्दे वाचले की, त्याबद्दल आपली देखील खात्री पटते. इटलीमध्ये प्रामुख्याने अरेबिका ही उत्तम प्रतीची कॉफी वापरली जाते. क्वचित कधीतरी त्यात थोडी रोबस्टा कॉफी मिसळली जाते.

- रिस्ट्रेटो ही इटलीमधील खास कॉफी असून तिचा अर्थ रिस्ट्रिक्टेड असा आहे. तिचा आकार एका एस्प्रेसो शॉटच्या निम्मा असतो. या कॉफीचा स्वाद एस्प्रेसोपेक्षा वेगळा असून त्यात एस्प्रेसोच्या तुलनेत कडवटपणा देखील कमी असतो.

- इटालियन कॉफीबरोबर ग्लासात पाणी देण्याची पद्धत आहे.

- इटालियन लोक एकावेळी अगदी थोडी – एक शॉट – कॉफी पितात.

- बहुतेक लोकांची सकाळ कापुचिनो कॉफी पिऊन सुरू होते. ही फेसाळ आणि फ्रॉदी कॉफी सकाळी ११ वाजायच्या आत प्यायली जाते. असा एक नियम पाळला जातो की, दुधाची कॉफी ही फक्त सकाळसाठी असते आणि ती कधीही जेवणानंतर प्यायली जात नाही.

- जेवणानंतर दुपारच्या वेळी प्यायची कॉफी म्हणजे काफे माकाइटो. त्यात अगदी नावाला दूध असते व ती लहानशा कपातून मधून सर्व्ह केली जाते. त्यामुळे इटालियन लोक ही कॉफी दुपारभर केव्हाही पीत असतात.

- रात्रीच्या जेवणानंतर मात्र एस्प्रेसो कॉफी प्यायली जाते. त्यावेळी एस्प्रेसोला फक्त कॉफी किंवा नेहमीची कॉफी म्हटले जाते.

- इटलीमध्ये कोणत्याही कॉफी चेन्स नाहीत. तर कॅफे वैयक्तिक अथवा एखाद्या कुटुंबाचे असते. विशेष म्हणजे प्रत्येक कॅफेमधील कॉफीची एक खासियत असते.

अशा या इटली देशाचे कॉफीशी किती घट्ट नाते जुळले आहे, ते लक्षात येते. असे असून सुद्धा इटलीमध्ये कोणत्याही प्रकारच्या कॉफीची लागवड केली जात नाही, हे ऐकून जरा आश्चर्य वाटते.

१५

तिरामिसू व आफोगाटो

इटलीमध्ये विविध प्रकारच्या कॉफीप्रमाणेच कॉफी वापरून केल्या जाणाऱ्या डेझर्टचा देखील उगम झाला. त्यापैकी 'तिरामिसू' या डेझर्टचे नाव आपण बरेच वेळा ऐकले आहे; पण 'आफोगाटो' हे नाव तसे आपल्याला अपरिचितच आहे.

तिरामिसूचा शब्दश: अर्थ बघितला तर तो 'पिक मी अप' असा होतो. हे डेझर्ट करवण्यासाठी लागणारे मुख्य पदार्थ म्हणजे लेडीफिंगर्स, मस्कारपोन चीज, व्हिप्ड क्रीम, कॉफी आणि चॉकलेट पावडर.

त्यापैकी लेडी फिंगर्स म्हणजे साधारणपणे तीन इंच लांबीची स्पाँजी बिस्किटे असतात. मस्करपोन हे एक इटालियन क्रीम चीज आहे. हे चीज क्रीम पासून तयार केले जात असल्याने ते नेहमीच्या चीजपेक्षा जास्त मलईदार असते. तिरामिसूसाठी शक्यतो कडक अशी एस्प्रेसो कॉफी वापरली जाते. अशी कडक कॉफी तिरामिसूला परिपूर्ण चव देते. त्यासाठी एक कप एस्प्रेसोमध्ये पाऊण कप पाणी घालून तयार मिश्रण गार करावे लागते. तिरामिसूवर कडवट चवीची कॉफी पावडर घातल्याने ती सर्व थरातील गोडपणा कमी करण्यास मदत करते.

साहित्य

तीस ते पस्तीस लेडी फिंगर्स (बिस्किटांचा एक प्रकार), दीड कप कॉफीचे मिश्रण, १ कप मस्करपोन चीज, १ कप व्हिप्ड क्रीम, अर्धा कप पिठीसाखर व वरून घालण्यासाठी इन्स्टंट कॉफी पावडर

कृती

तिरामिसू करताना शक्यतो पारदर्शक काचेचे भांडे घ्यावे. एका भांड्यात मस्करपोन चीज व पिठीसाखर एकत्र करून त्यात अगदी हलक्या हाताने व्हिप्ड क्रीम मिसळावे. लेडी फिंगर्स कॉफीच्या मिश्रणात बुडवून त्यांचा भांड्याच्या तळाशी थर द्यावा. त्यावर मस्करपोन चीज मिश्रणाचा थर द्यावा. त्यावर परत एकदा लेडी फिंगर्स कॉफीत बुडवून त्यांचा थर द्यावा. वर परत एकदा मस्करपोन चीजचा थर द्यावा. चीजच्या थरावर कॉफी पावडर घालून तयार तिरामिसू दोन तीन तास फ्रीजमध्ये ठेवावे.

ही झाली तिरामिसूची बेसिक रेसिपी. याचे विविध प्रकार अस्तित्वात आहेत. त्यात वेगवेगळे पर्यायी पदार्थ वापरले जातात. काही प्रकारात अंडे वापरले जाते तर कॉफीमध्ये लिक्युअर घातली जाते. लेडीफिंगर्स ऐवजी स्पाँज किंवा कॉफी केक वापरतात.

इटालियन भाषेत आफोगाटो या शब्दाचा अर्थ 'बुडालेला' असा होतो. थंडगार कॉफीत बुडालेला आईस्क्रीमचा गोळा म्हणजे अफोगाटो. या प्रकाराला इटालियन आईस्ड कॉफी असे देखील म्हटले जाते.

साहित्य

व्हॅनिला आईस्क्रीम, कडक एस्प्रेसो कॉफी, चॉकोलेट पावडर अथवा लिक्युअर

कृती

आफोगाटो करताना काचेच्या कपात व्हॅनिला आईस्क्रीम घालून त्यावर कडक एस्प्रेसो कॉफी घातली जाते. कॉफीच्या उष्णतेमुळे आईस्क्रीम हळू हळू वितळून कॉफीमध्ये मिसळते. काही वेळा त्यावर चॉकोलेट पावडर वा लिक्युअर घातली जाते.

अशा तऱ्हेने तयार केलेली आईस्ड कॉफी चमच्याने खाल्ली जात असल्याने त्याला आईस्ड कॉफी ऐवजी एस्प्रेसो पुडिंग म्हटले तर ते चुकीचे ठरणार नाही. अफोगाटो करताना एस्प्रेसो आणि जिलाटोचे प्रमाण म्हणजे एक शॉट एस्प्रेसोला साधारणपणे दीड स्कूप जिलाटो किंवा व्हॅनिला आईस्क्रीम असे असते. तयार आफोगाटोवर लिक्युअर घातली तर ते जास्त चांगले लागते. त्यासाठी वॉलनट वा हेझलनट लिक्युअर किंवा त्या नटसचे तुकडे घातले जातात. काहीवेळा जिलाटोवर कॉफी लिक्युअर घातली जाते.

१६

सेराड्युरा व लिक्युअर कॉफी

सेराड्युरा हे पोर्तुगालमध्ये नेहमी तयार केले जाणारे एक डेझर्ट असून त्याला मकाऊ पुडिंग किंवा सॉडस्ट पुडिंग असे देखील म्हटले जाते. हे पुडिंग पोर्तुगाल, मकाऊ तसेच गोव्यामध्ये अतिशय लोकप्रिय आहे. मकाऊ ही एकेकाळी पोर्तुगीज कॉलनी असल्यामुळे गोव्याप्रमाणेच तेथील खाद्यसंस्कृतीवर देखील पोर्तुगीज पगडा दिसून येतो. मारी बिस्किटे व क्रीम वापरून केलेले सेराड्युरा पुडिंग हे त्याचे उत्तम उदाहरण आहे.

मी कॉफीच्या पुस्तकात सेराड्युराबद्दल लिहीत आहे, याचे कारण म्हणजे आम्ही पोर्तुगालला गेलो असताना तिथे जे सेराड्युरा पुडिंग खाल्ले, ते कॉफी वापरून केलेले होते व तयार पुडिंगवर इन्स्टंट कॉफी पावडर भुरभुरली होती. आपल्याकडे गोव्याला किंवा गोव्याबाहेरच्या गोव्हॅनीज रेस्टॉरंटसमधे त्यात कॉफी अजिबातच वापरत नाहीत.

सेराड्युरा पुडिंग (गोवा)

साहित्य

मारी बिस्किटे १८
ते २०, ५ टेबलस्पून
कंडेन्स्ड मिल्क, १
कप व्हिप्ड क्रीम,
४ ते ५ थेंब व्हॅनिला
इसेन्स, १ मोठा
चमचा किसलेले
चॉकलेट.

कृती

मारी बिस्किटांचा चुरा करावा. व्हिप्ड क्रीम हलके
होईपर्यंत फेटावे. त्यात व्हॅनिला इसेन्स आणि
कंडेन्स्ड मिल्क मिसळून परत एकदा फेटावे. एका
काचेच्या ग्लासमध्ये मारी बिस्किटांचा चुरा घालावा.
त्यावर फेटलेल्या क्रीमचा थर द्यावा. वरचा थर
क्रीमचा येईल असे बिस्किटाचा चुरा व क्रीमचे एक
दोन थर द्यावे. क्रीमवर किसलेले चॉकलेट घालून गार
करावे.

सेराड्युरा पुडिंग (पोर्तुगाल)

साहित्य

मारी बिस्किटे, २
टेबलस्पून कडक
काळी कॉफी,
२ कप व्हिप्ड
क्रीम, ४ ते ५
चमचे पिठीसाखर,
चिमूटभर इन्स्टंट
कॉफी

कृती

मारी बिस्किटांचा चुरा करावा. व्हिप्ड क्रीम हलके
होईपर्यंत फेसावे. त्यात पिठीसाखर व दीड चमचा
कॉफी घालून परत एकदा फेटावे. एका काचेच्या
ग्लासमध्ये मारी बिस्किटांचा चुरा घालावा. त्यावर
दोन चार थेंब कॉफी घालावी. त्यावर फेटलेल्या
क्रीमचा थर द्यावा. वरचा थर क्रीमचा येईल असे
बिस्किटाचा चुरा व क्रीमचे एक-दोन थर द्यावे.
क्रीमवर इन्स्टंट कॉफी भुरभुरावी व पुडिंग गार करावे.

या व्हिप्ड क्रीममध्ये कॉफी मिसळल्यावर त्याला कॉफीचा अगदी हलकासा
रंग येतो. बिस्किटांवर दोन चार थेंब कॉफी टाकल्याने त्या थराला देखील कॉफीचा
स्वाद मिळतो.

लिक्युअर कॉफी

पोर्तुगालच्या वास्तव्यात एका समारंभाला जाण्याचा योग आला. त्यावेळी दुपारच्या जेवणात पोर्तुगीज पद्धतीने केलेले माशांचे वेगवेगळे प्रकार, सॅलेड्स आणि अगदी वेगळ्या प्रकारचे गोड पदार्थ चाखून बघता आले. आपल्याप्रमाणेच पोर्तुगालमध्ये सुद्धा 'फिश करी-राईस' हा पदार्थ खूप लोकप्रिय आहे व प्रत्येक घरात तो वेगवेगळ्या पद्धतीने केला जातो. समारंभातील त्या जेवणातला जरासा चिकट भात व त्याच्याबरोबर नारळाचे वाटण घातलेली मसालेदार फिश करी खायला खूप मजा आली; पण मला उत्सुकता होती ती साईड टेबलवर ठेवलेल्या कपबशीतून दिल्या जाणाऱ्या कॉफीची. न राहावून मी यजमानीणबाईंना अगदी साळसूदपणे विचारले, ''तुम्ही जेवणानंतर कॉफी पिता का?''

त्यावर त्यांनी सांगितले, ''हो, आमच्याकडे जेवणानंतर कॉफी प्यायची पद्धत आहे. पण आजच्यासारख्या मसालेदार जेवणानंतर आम्ही नेहमीची कॉफी न पिता लेमन कॉफी पितो. त्यामुळे मसालेदार जेवणाचा त्रास होत नाही.''

मी लेमन कॉफी हा प्रकार कधी ऐकला नव्हता. त्यामुळे ती कॉफी कशी करतात, ते बघायची माझी इच्छा बोलून दाखवली. यजमानीणबाईंनी मला स्वयंपाकघरात नेऊन माझ्या समोरच लेमन कॉफी केली. सर्वांनी गप्पा मारत त्या मस्त चवीच्या लेमन कॉफीचा आस्वाद घेतला. अगदी वेगळ्या पद्धतीने केली जाणारी ती लेमन कॉफी खूपच छान लागत होती. पाहू या लेमन कॉफी कशी करतात -

लेमन कॉफी

साहित्य

१ टेबलस्पून इन्स्टंट कॉफी पावडर, १ लिंबाची साल किसून, २ वेलदोडे. चिमूटभर केशर, १ टेबलस्पून साखर, २ टीस्पून लिंबाचा रस व ३ कप पाणी.

कृती

३ कप पाण्यात लिंबाची साल, वेलदोडे व केशर घालून ते मंद आचेवर उकळायला ठेवावे. पाणी आटून निम्मे झाले की, ते एका भांड्यात गाळावे. त्यात कॉफी पावडर व लिंबाचा रस घालून ढवळावे. तयार लेमन कॉफी कपात ओतून त्यात लिंबाची चकती घालावी.

समारंभाला काही स्पॅनिश पाहुण्यादेखील आल्या होत्या. त्यांच्याशी गप्पा मारताना स्पेनमध्ये खास कार्यक्रमाच्या जेवणाच्या वेळी केल्या जाणाऱ्या लिक्युअर कॉफीबद्दल ऐकायला मिळाले. त्यांनी सांगितले, ''युरोपीय देशात रात्रीच्या जेवणानंतर लहानशा कपातून कॉफी किंवा लिक्युअर पिण्याची पद्धत आहे. आमच्याकडे या दोन्ही पेयांचे सुंदर मिश्रण करून लिक्युअर कॉफी केली जाते. हा प्रकार खास करून पोर्तुगाल व स्पेनमध्ये विशेष लोकप्रिय आहे.'' त्यांच्याकडून मी दोन प्रकारच्या लिक्युअर कॉफीची रेसिपी घेतली.

ऑरेंज लिक्युअर कॉफी

साहित्य

१ कप काळी कॉफी, १ कप क्रीम, १ मोठा चमचा पिठीसाखर, १ मोठा चमचा कॉन्त्रू (संत्र्याची लिक्युअर), १ संत्र सोलून त्याचे बारीक तुकडे, २ मोठे चमचे संत्र्याचा रस

कृती

जाड काचेच्या ग्लासमध्ये सोललेल्या संत्र्याचे तुकडे घालावे. त्यावर संत्र्याची लिक्युअर घालून झाकून ठेवावी. यामुळे लिक्युअर संत्र्यामध्ये छान मुरते. कॉफी, साखर व संत्र्याचा रस एकत्र करून फ्रीजमध्ये गार करून घ्यावा. गार कॉफी संत्र्याच्या फोडींवर ओतावी. त्यावर अगदी अलगदपणे क्रीम घालावे. ही जरी कॉफी असली तरी ती पिता पिता त्यातले संत्र्याचे तुकडे चमच्याने खाल्ले जातात.

आलमंड कॉफी

साहित्य

१ कप काळी कॉफी, पाऊण कप दूध, २ टी स्पून साखर, ५ ते ६ थेंब बदामाचा इसेन्स, १ स्कूप व्हॅनिला आईस्क्रीम, २ टी स्पून आलमंड लिक्युअर व सजावटीसाठी बदामाचे काप

कृती

दूध, कॉफी व साखर एकत्र करून थंड करावे. काचेच्या कपात थंड कॉफी घालावी. त्यात बदामाचा इसेन्स घालून ढवळावे. व्हॅनिला आईस्क्रीमचा स्कूप अलगदपणे कॉफीवर घालावे. त्यावर लिक्युअर घालून बदामाच्या कापांनी सजवावे.

लिक्युअर कॉफीच्या रेसिपी बघितल्यावर मला तर ते डेझर्ट, कॉफी व लिक्युअर अशा तीनही गोष्टींचे मिश्रण आहे असे वाटले आणि एलवासच्या कॉफी उत्सवाच्या वेळी प्यायलेली रम घातलेली कॉफी आठवली.

बेलीज आयरिश क्रीम, टिया मारिया आणि कालुआ (Kahlua) या तीन कॉफी लिक्युअर्स असून आज त्या जगभरात लोकप्रिय आहेत. त्यापैकी कालुआ ही मेक्सिकोमध्ये तयार केली जाणारी लिक्युअर असून ती रम, साखर आणि अरेबिका कॉफी वापरून केलेली असते, तर बेलीज आयरिश क्रीम ही खास आयर्लंडमध्ये तयार होणारी लिक्युअर आहे. टिया मारिया ही इटालियन कॉफी लिक्युअर देखील तितकीच लोकप्रिय असून ती कॉफी बीन्स, जमेकन रम, व्हॅनिला आणि साखर वापरून केली जाते.

अशा तऱ्हेने सेराड्युराच्या जोडीने काही खास प्रसंगी केल्या जाणाऱ्या स्पॅनिश लिक्युअर कॉफीच्या रेसिपी व त्याबद्दलची माहिती मिळाली.

१७

टर्किश कॉफी

टर्कीमध्ये कॉफी हे एक नुसते पेय नसून ती त्यांच्या संस्कृतीचा एक भाग आहे. साधारणपणे १५४० च्या सुमारास इस्तंबूलमधील लोकांना कॉफीच्या बियांची ओळख झाली. या बिया दळून त्यापासून तयार केलेली कॉफी टर्किश लोकांना फारच आवडली. अल्पावधीतच तिथे कॉफीच्या बिया भाजण्याची, दळण्याची व तयार कॉफीची चव लोकांपर्यंत पोहोचवण्यासाठी कॉफी करण्याची दुकाने सुरू झाली. टर्किश लोकांनी आपली कॉफी करण्याची एक वेगळी पद्धत शोधून काढली.

टर्किश कॉफी तयार करण्यासाठी काही खास वस्तूंची जरूरी असते. त्यापैकी सर्वांत महत्त्वाचे म्हणजे कॉफी उकळण्यासाठी लागणारे लांब दांडावाले तांब्याचे विशिष्ट आकाराचे भांडे. या भांड्याला 'इब्रिक' असे म्हणतात. भाजलेल्या बिया दळण्यासाठी जो कॉफी ग्राइंडर असतो, तो म्हणजे एकावर एक

बसणारी दोन उभट भांडी असतात. वरच्या भांड्यात कॉफीच्या बिया घालून त्यावरचा दांडा फिरवला की बियांची पूड होऊन ती भांड्याला असलेल्या भोकातून गाळून खाली पडते. हा वेगळ्या धर्तीचा टर्किश ग्राइंडर एकावेळी मूठभर बिया दळल्या जातील इतका लहान असतो. टर्किश कॉफीचा खरा स्वाद कळावा यासाठी कॉफीच्या बिया आयत्यावेळी ताज्या दळून घेतल्या जातात.

खरी टर्किश कॉफी कोळशाच्या मंद आचेवर केली जाते. साधारणपणे दोन कप कॉफी करण्यासाठी तीन कप पाणी घेतले जाते. त्या पाण्यात दोन चमचे कॉफी पावडर व हवी असल्यास साखर घालून ते मिश्रण लांब दांड्याच्या भांड्यात घालून भांडे कोळशाच्या निखाऱ्यावर ठेवतात. कॉफीला उकळी आली की, वर पातळसा फेसाचा थर येतो. मग ते भांडे निखाऱ्यावरून खाली उतरवतात व तो फेस चमच्याने सगळ्या कपांत थोडा थोडा घालतात. फेस काढलेली कॉफी परत एकदा उकळायला ठेवतात. ती ऊतू जाणार नाही याची काळजी घेऊन आणखी तीन वेळा उकळतात.

भांड्याला लांब दांडा असल्यामुळे ते निखाऱ्यावरून उतरवायला व चढवायला खूप सोपे जाते. या सगळ्या प्रकारात जास्तीचे घेतलेले एक कप पाणी आटते व दोन कप कॉफी तयार होते. गरमागरम कॉफी कपात ओतल्यावर त्यातील फेस वर येतो. अशा फेसाशिवाय टर्किश कॉफीची खरी चव कळणार नाही, असे म्हणतात. ही कॉफी गाळायची नसते. प्यायच्या आधी जरा वेळ थांबले म्हणजे गाळ तळाशी बसतो व वरची कॉफी पिण्यास योग्य होते. तयार कॉफी पिण्यासाठी तळाकडे निमुळते असलेले लहानसे कप असतात. हे कप इतके लहान असतात की त्यात जेमतेम पाच सहा घोट कॉफी मावते.

अशा तऱ्हेने तयार केलेली टर्किश कॉफी एकदम कडक व कडवट चवीची असते त्यामुळे तिची चव सर्वांना आवडेलच असे नाही. कॉफीच्या बिया कशा भाजायच्या कशा दळायच्या व त्यापासून कॉफी कशी तयार करायची ही माहिती हळूहळू टर्कीहून ग्रीसमार्गे व्हेनिस, लंडन व पॅरिसपर्यंत गेली. तिथे ती कॉफी 'टर्किश कॉफी' किंवा 'ग्रीक कॉफी' म्हणून ओळखली जाऊ लागली.

टर्कीमधल्या कॉफी हाऊसमध्ये जाणे म्हणजे एक वेगळाच अनुभव असतो. कॉफी हाऊसमध्ये वाफाळती फेसाळ कॉफी भरलेले लहानसे कप, प्रत्येकाला ग्लासभर पाणी व एका बशीत टर्किश डिलाईटच्या वड्या ठेवलेला सुंदर लाकडी

ट्रे टेबलावर आणला जातो. टर्की लोक बिनसाखरेची कॉफी पितात; पण ती पिण्याआधी किंवा नंतर काहीतरी गोड खायचे, अशी त्यांच्याकडे पद्धत आहे. हा गोड पदार्थ म्हणजे बहुतेक वेळा टर्किश डिलाईट किंवा एखाद्या प्रकारच हलवा असतो. आम्हाला ती कॉफी खूपच कडक वाटल्याने आम्ही मात्र त्यात साखर घालून घेतली.

इस्तंबूलमधील एका संग्रहालयात पूर्वी वापरात असलेले कॉफीचे साहित्य जतन करूना ठेवले आहे. तिथे कॉफी तयार करायची भांडी अप्रतिम कोरीव काम केलेले कॉफीच्या बिया ठेवायचे लाकडी डबे, निरनिराळ्या प्रकारचे कॉफीचे कप अशी कॉफीची सामग्री बघायला मिळते. उंची बोनचायनाच्या कपबशा व दागिन्यांनाही लाजवतील अशी कलाकुसर केलेले चांदीचे ट्रे, किटल्या, चमचे व कपांचे होल्डर्स बघितल्यावर तर डोळ्यांचे पारणे फिटते. आजही प्रत्येक टर्की घरामध्ये असा एखादा चांदीचा कॉफीचा संच असतोच. तिथे असा संच घरात असणे, हे श्रीमंतीचे लक्षण समजले जाते.

१८

कॉफीच्या परंपरा, रुढी व कायदे

टर्की देशाला कॉफीचा इतिहास आहे, तिथे कॉफीबद्दलच्या काही रुढी व परंपरा आहेत. तिथे कॉफी हाऊसमध्ये जाण्याचा व तेथे कॉफीवरून भविष्य सांगायचा प्रघात आहे. कॉफी कशी तयार करायची व केव्हा प्यायची याचेही संकेत आहेत. कॉफीसारख्या गोष्टीला इथे एवढे महत्त्व आहे, हे ऐकून आपल्याला आश्चर्य वाटते; पण त्या देशातील कॉफी आहेच तशी खास!

अनेक वर्षांपूर्वी दमास्कसहून आलेल्या एका माणसाने आपल्या मित्राच्या साथीने इस्तंबूलमध्ये पहिले कॉफी हाऊस सुरू केले व आज त्यांची संख्या हजारोंच्या घरात गेली आहे. समाजातील सुशिक्षित वर्ग वर्तमानपत्रे वाचण्यासाठी वा इतर गोष्टींवर चर्चा करण्यासाठी कॉफी हाऊसमध्ये येऊ लागला. तिथे कॉफीच्या संगतीत त्यांच्या चर्चाही रंगू लागल्या. निवृत्त झालेले लोक तसेच तरुण पिढीदेखील कॉफी हाऊस हे नियमितपणे जाण्याचे ठिकाण बनले. समाजातील पुराणमतवादी लोकांनी याला विरोध करण्याचा खूप प्रयत्न केला; पण त्यात त्यांना यश मिळाले नाही आणि टर्कीमध्ये कॉफी हाऊसची संस्कृती दिवसेंदिवस बहरली.

पूर्वीच्या काळी बहुतेक कॉफी हाऊस ही समुद्राकाठी किंवा नदीकाठी सुरू केली गेली. त्याचे कारण असे कळले की वाहत्या पाण्याकडे बघत बसले असता

मानसिक शांतता लाभते, यावर टर्किश लोकांचा फार विश्वास आहे. गावातल्या वा पाण्यापासून लांब असलेल्या बहुतेक टर्किश कॉफी हाऊसमध्ये शोभिवंत असे पाण्याचे हौद व कारंजी बसवण्यामागचे कारण हेच आहे. म्हणजे कॉफी हाऊसमध्ये बसून कॉफी पिता पिता मानसिक शांतता देखील मिळवायची असा प्रकार असतो तर!

टर्कीमधील कॉफी हाऊसबद्दल बोलायचे झाले तर तिथे कॉफीवरून भविष्य सांगितले जाते. 'कॉफीवरून भविष्य सांगणे' या प्रकाराबद्दल मला अतिशय उत्सुकता होती व ती माझ्या इस्तंबूलच्या वास्तव्यात पूर्ण झाली. इस्तंबूलला आम्ही खास टर्किश कॉफी पिण्यासाठी व टर्किश कॅफेचा माहोल उपभोगण्यासाठी एका कॅफेमध्ये गेलो होतो. उंची गालिचे, मध्यभागी अप्रतिम असे संगमरवरी कारंजे व टर्किश पद्धतीची अंतर्गत सजावट असलेले ते कॉफी हाऊस अगदी खास असेच होते.

माझी कॉफी पिऊन झाल्यावर एक गृहस्थ आमच्या टेबलजवळ आले व मला म्हणाले ''आमच्या देशात तुम्ही पीत असलेल्या कॉफीवरून तुमचे भविष्य कळते. असे भविष्य सांगणे ही एक कला मानली जाते. मी तुमचे भविष्य सांगू का?''

मी म्हणाले ''माझी तर कॉफी पिऊन झाली आहे. माझा कप रिकामा आहे.''

त्यावर त्या गृहस्थांनी हसून सांगितले, ''तुमची कॉफी संपलेली बघूनच मी इथे आलो आहे.'' तो शेजारची खुर्ची घेऊन आमच्या टेबलाशी बसला व मला म्हणला ''तुमचा रिकामा कप मला द्या. कॉफी संपल्यावर कपात जो गाळ रहातो त्यावरून भविष्य सांगायचे, ही टर्कीमधील फार जुनी परंपरा आहे.''

त्या गृहस्थांनी माझी रिकामी कपबशी घेतली व खालची बशी कपावर ठेवून हलक्या हाताने ती कपबशी गोलाकार फिरवली व उलटी केली. बशी खाली पण त्यावर उलटा कप असे त्यानी टेबलवर ठेवले. कप पूर्णपणे गार झाल्यावर ते गृहस्थ सरसावून बसले. त्यांनी तो कप आपल्या हातात घेऊन आम्हाला दाखवला. कपाच्या आतल्या बाजूला कॉफीच्या गाळाचे निरनिराळे आकार तयार झाले होते. त्या आकारावरून त्या कपातून कॉफी प्यायलेल्या माणसाचे भविष्य सांगतात.

माझ्या कपाचे बराच वेळ निरीक्षण करून झाल्यावर त्या गृहस्थांनी मला सांगितले, 'तुझ्या पायांना चाके लागली आहेत व त्यामुळे तू खूप प्रवास करशील.

तुझी बोटे देखील कलावंताची आहेत वा त्यातून यापुढे वेगवेगळ्या कला साकारल्या जातील.''

माझे भविष्य सांगून झाल्यावर आमच्यात बऱ्याच गप्पा झाल्या व त्या गृहस्थांकडून 'कॉफीवरून भविष्य' या प्रकाराविषयी बरीच माहिती मिळाली. ते म्हणाले, ''कपावर आलेल्या कॉफीच्या ओघळांमध्ये जर बरीच पांढरी जागा राहिली असेल तर त्या व्यक्तीला आयुष्यात मानसिक शांतता व समाधान मिळते. कपाच्या बाजूवर कॉफीच्या गाळाचे गड्डे जमा झाले असतील तर त्या व्यक्तीला भविष्यात खूप पैसे मिळतात. तेच गड्डे जर कपाच्या तळाशी चिकटून राहिले असतील तर त्या व्यक्तीला पुढील आयुष्यात खूप अडचणी येण्याची शक्यता असते.''

ते पुढे म्हणाले, ''तुम्ही जरी या प्रकाराशी सहमत नसलात तरी त्यावर श्रद्धा ठेवा म्हणजे तुम्हाला ते नक्की पटेल.'' मी त्यांचे आभार मानून त्यांना बक्षिस दिले व या सगळ्या प्रकाराकडे निव्वळ करमणूक म्हणून बघितले.

ऐकलेले भविष्य मी विसरूनसुद्धा गेले होते; पण आता इतक्या वर्षांनी विचार केला तर खरेच माझ्या पायांना चाके लागली आहेत, असे दिसून येते. टर्कीनंतर मी नवीन नवीन ठिकाणे शोधून खूप प्रवास केला. कलावंताची बोटे म्हणाल तर गेल्या काही वर्षांत माझ्या हातून बरेच लिखाण झाले, तसेच मी खूप चित्रेदेखील काढली. कॉफीवरून सांगितलेले भविष्य खरे ठरते की काय, असे मनात येऊन गेले.

कॉफीबद्दल टर्कीमधली अशीच एक मजेशीर रुढी ऐकली. टर्कीमध्ये मुलाकडच्या लोकांनी मुलीच्या घरी जाऊन लग्नासाठी तिचा हात मागण्याची पद्धत आहे. त्यावेळी मुलगी सर्वांसाठी ट्रेमधून कॉफी व खाण्याचे पदार्थ घेऊन येते. बघण्याचा कार्यक्रम ही अशी एक वेळ असते की, त्यावेळी मुलीला आपले मत मांडायची संधी मिळते. ती मुलाबद्दल आपली पसंती वा नापसंती न बोलता कशी सांगते, ते अगदी आगळ्या-वेगळ्या प्रकारचे असून आपल्या कल्पनेपलीकडचे आहे.

मुलीचा लग्नासाठीचा होकार अथवा नकार ती त्या कॉफीत किती साखर घालते, त्यावरून इतरांना कळतो. कॉफीत जर तिने भरपूर साखर घातली असेल तर तिला मुलगा पसंत असून तिचा त्या लग्नाला होकार आहे, असे समजले जाते.

मुलीने बिनासाखरेची कॉफी आणली तर तिला मुलगा पसंत नाही व तिचा त्या लग्नाला सपशेल नकार आहे, असे समजले जाते.

काही वेळा मुलगी कॉफीत मीठ घालून ती कॉफी दुसऱ्या कोणाबरोबर तरी बाहेर पाठवते. त्याचा अर्थ मी मुलगा बघायला बाहेरसुद्धा येणार नाही, असा लावला जातो.

टर्किश कॉफीबद्दलचा एक मजेशीर किस्सा पुण्यातील सिटी प्राईड थिएटरमधील एका कॉफीच्या स्टॉलवर लिहिलेला आढळला. त्यात त्यांनी म्हटले आहे, पूर्वीच्या काळी नवरा जर आपल्या बायकोला कॉफी पिण्यासाठी पुरेसे पैसे देत नसेल, तर तिला त्या कारणावरून घटस्फोट मिळण्याची तरतूद कायद्यात केली होती. म्हणजे कॉफी संस्कृती, कॉफीबद्दलच्या रुढी, परंपरा व नियम या गोष्टींच्या जोडीने टर्कीमध्ये कॉफीसंबंधी कायदापण होता, असे दिसते.

११

मोरोक्को आणि कॉफी

मोरोक्को हा देश तसा अपरिचितच; पण मला या देशाबद्दल उत्सुकता होती, ती तेथील कासाब्लांका आणि मराकेश या गावांमुळे. या दोन्ही गावांबद्दल खूप काही वाचले व ऐकले होते. 'बोल्ड अँड ब्यूटिफूल' या सोप ऑपेरामध्ये कबीर बेदीने मोरक्कन राजपुत्राची भूमिका केली आहे त्यामुळे त्यात कासा ब्लांकाची झलक बघायला मिळाली होती. त्यामुळे कधी संधी मिळाली तर तिथे जायचे, हे मी मनाशी ठरवून टाकले होते.

'किंग्डम ऑफ मोरोक्को' म्हणून ओळखला जाणारा हा देश १९५६ मध्ये स्वतंत्र झाला. त्या आधी तिथे फ्रेंच राजवट होती. मोरोक्कोमधील बहुतांशी लोक अरब, थोडे फार आफ्रिकी वंशाचे व बरेचसे फ्रेंच आहेत. आज त्या देशात आफ्रिकी, अरब व फ्रेंच संस्कृतींचे सुंदर मिश्रण बघायला मिळते. काही वर्षांपूर्वी तिथे जाण्याचाही योग आला. त्यामुळे या सर्व गोष्टी अनुभवता आल्या.

आम्ही राहात असलेले हॉटेल अटलांटिक समुद्रालगतच्या भागात होते. आजूबाजूल बरीच हॉलिडे रिसॉर्ट्स, कॅफे व फुलांची दुकाने होती. त्या कॅफेच्या बाहेर रंगीत छत्रीखाली बसून कॉफी पिणारी मंडळी, हातात कुत्र्याची पिल्ले घेऊन त्यांच्याशी लाडे लाडे बोलणाऱ्या नाजूक युवती बघितल्या आणि क्षणभर मला

पॅरिसची आठवण झाली. कासा ब्लांकाला न येता पॅरिसलाच आलो आहोत, असे वाटण्याएवढे साम्य या दोन गावांत आढळले.

कासा ब्लांकाचे सौंदर्य बघून मी अगदी भारावून गेले. स्पॅनिश भाषेत कासा ब्लांका म्हणजे पांढरी घरे. इथली पांढऱ्या रंगाची घरे व सुंदर इमारती बघितल्यावर गावाला दिलेले नाव किती सार्थ आहे, ते पटते. मोरोक्कोला गेल्यावर एक गोष्ट लक्षात आली व ती म्हणजे मोरक्कन लोक दिवसाच्या कोणत्याही वेळेला लहान लहान कपातून पुदिना घातलेला चहा पीत असतात. त्यामुळे मोरोक्कोचे राष्ट्रीय पेय म्हणजे चहा असेल असे वाटते. पण येथील राष्ट्रीय पेय होण्याचा मान कॉफीने पटकावला आहे. ही कॉफी खूप कडक असून त्यात भरपूर साखर घातलेली असते. दूध नसते; पण मसाले घातलेले असतात. या मसाल्यामुळे मोरक्कन कॉफीला वेगळीच चव मिळते.

अरब जगतात, विशेषत: मोरोक्कोमध्ये कॉफीला खूप महत्त्व आहे. कॉफीला अरबी भाषेत 'काहवा' असे म्हटले जाते. काहवाचा शब्दश: अर्थ बघितला तर तो 'झोप घालवणारे पेय' असा होतो. अशा कॉफीला 'अरबी वाईन' असे देखील म्हटले जाते. वेलदोडा घातलेली कॉफी हे मोरोक्कोमधील पारंपरिक पेय आहे. घरी आलेल्या पाहुण्यांचे स्वागत अशी कॉफी देऊन करणे हा त्यांच्या आदरातिथ्याचा एक महत्त्वपूर्ण भाग मानला जातो. पूर्वीच्या काळी कॉफी उत्तम स्वादाची व्हावी यासाठी अरब लोक आलेल्या पाहुण्यांसमोरच आयत्यावेळी कॉफी दळत असत; पण आता ती पद्धत मागे पडली आहे.

मोरोक्कोमध्ये कॉफी म्हणजे एक खास पेय आहे. ते लोक सकाळी उठल्यावर ताजेतवाने वाटण्यासाठी कधीच कॉफी पीत नाहीत. कॉफी हे पेय कॉफी शॉपमध्ये जाऊन मित्रमंडळींबरोबर किंवा लोकांना घरी बोलावून पिण्याचे पेय आहे. तिथे बरीच कॉफी शॉप्स आहेत व ती कायम माणसांनी फुलून गेलेली दिसतात. त्यात सुद्धा पुरुषांचीच जास्त गर्दी दिसते. मोरक्कन बायका कॉफी शॉपमध्ये जातात,

पण बहुतेक वेळा नातेवाईकांबरोबर. आपल्यासारखे तिथे फक्त बायकांचे कॉफी ग्रुप्स नसतात.

कॉफी शॉपमध्ये गेल्यावर मोरक्कन लोक दोन प्रकारची कॉफी ऑर्डर करतात. त्या म्हणजे 'कॉफी नॉयर' किंवा 'नाउस नाउस'. यापैकी नाउस नाउस याचा अर्थ अर्धी अर्धी. कॉफीचे हे नाव कोणत्याच कॅफेमधल्या मेन्यू कार्डवर लिहिलेले दिसत नाही. नौस नौस कॉफी ही बायकांची आवडती आहे. त्यात अर्धे दूध व अर्धी कॉफी असे असते. ही कॉफी ऑर्डर केल्यावर ग्लासात गरम दूध आणले जाते व त्याबरोबर वेगळ्या भांड्यात कॉफी व साखर आणली जाते. आपल्याला हवी तेवढी कॉफी व साखर त्या दुधात घालायची.

मोरक्कन कॉफीतली साखर हा एक महत्त्वाचा मुद्दा असतो. बहुतेक वेळा त्यांची कॉफी गोडमिट्ट असते. कॉफी तयार करणारी व्यक्ती ग्राहकाला किंवा पाहुण्यांना विचारते की, त्यांच्या कॉफीत किती साखर घालायची? त्यात तीन पर्याय असतात - साखर घालायची नाही, थोडीशी साखर घालायची आणि तिसरा पर्याय म्हणजे खूप साखर घालायची. तिथे जेवणानंतर जी कॉफी प्यायली जाते, त्यात अगदी थोडी साखर घातलेली असते. एखाद्या समारंभाच्या वेळी जेव्हा कॉफी केली जाते ती खूप गोड असते. दुखाःच्या प्रसंगी मात्र कडू म्हणजे बिनासाखरेची कॉफी दिली जाते.

मोरोक्कोमध्ये कॉफी तयार करायची पद्धत जरा वेगळी आहे. एक कप कॉफीसाठी एक चहाचा चमचा कॉफी व एक चमचा साखर घ्यायची. सर्वप्रथम पाणी व साखर एकत्र करून गरम करायला ठेवायचे. साखर पाण्यात पूर्णपणे विरघळली की त्यात कॉफी पावडर घालून उकळायची. कॉफी उकळताना त्यावर फेस आला की ती विस्तवावरून उतरवायची. फेस कमी झाला की ढवळून परत एकदा उकळायला ठेवायची व फेस आला की खाली उतरवायची. असे कमीत कमी तीन वेळा तरी करायचे. त्यावरचा फेस खाली बसण्यासाठी त्यावर दोन चार थेंब गार पाणी शिंपडायचे.

पाहुण्यांना घरी आल्यावर कॉफी दिली म्हणजे त्यांचे खऱ्या अर्थाने स्वागत केले असे समजले जाते. ही कॉफी सर्व्ह करण्याची सुद्धा एक पद्धत आहे. तयार कॉफी सुरईसारख्या किटलीमध्ये ओतली जाते. यजमानीणबाई डाव्या हातात डल्ला म्हणजे कॉफीची किटली व उजव्या हातात कॉफीचे लहान लहान कप घेऊन जातात व आलेल्या पाहुण्यांना स्वतःच्या हाताने कॉफी ओतून देतात.

जेव्हा एखाद्या मोरक्कन कुटुंबात कॉफीपानासाठी बोलावले जाते, तेव्हा काही गोष्टी कटाक्षाने पाळाव्या लागतात -

- कॉफीचा कप नेहमी उजव्या हातात धरायचा.
- कॉफीचा गाळ खाली बसल्यावर वरची कॉफी प्यायची.
- यजमानांनी जशी कॉफी दिली असेल तशी प्यायची.
- त्या कॉफीत जास्तीचे दूध वा साखर अजिबात मागायची नाही.
- कॉफी संपल्यावर हातातला कप उंचावून 'तुमच्या आनंदासाठी' असे म्हणून ती छान होती, असे यजमानीणबाईंना सांगायचे.
- यजमानांनी कॉफी सर्व्ह केली असेल तर त्यांना 'तुमच्या तब्येतीसाठी' असे म्हणायचे.
- तुम्ही जर तुमचा कप हातातच ठेवला असेल तर त्यात परत एकदा कॉफी ओतली जाते.

मोरक्कन घरात कॉफीच्या सरंजामात खजूर व संत्र्याचे पाणी ठेवलेले असते. कॉफीचा स्वाद वाढवण्यासाठी त्यात संत्र्याच्या पाण्याचे दोन चार थेंब टाकले जातात तर मधून मधून खजूर खाल्ला जातो.

सहा मसाल्यांची कॉफी

साहित्य

पाव चमचा प्रत्येकी दालचिनी पूड, मिरपूड व सुंठ, चिमूटभर प्रत्येकी लवंग पूड, वेलची पूड व जायफळ पूड. ३ मोठे चमचे ताजी दळलेली कॉफी पावडर, ३ मोठे चमचे साखर. ५ कप गरम पाणी

कृती

सर्व मसाले व कॉफी पावडर एकत्र करून त्यात थोडे गरम पाणी घालावे. मिश्रण नीट कालवून १० ते १५ मिनिटे झाकून ठेवावे. नंतर हे मिश्रण कॉफी फिल्टरमध्ये घालून त्याचे डिकॉक्शन करून घ्यावे. तयार डिकॉक्शन, गरम पाणी व साखर एकत्र करून चांगले उकळावे व किटलीमध्ये घालावे.

२०

कोपी लुवाक

जगातली सर्वांत महाग म्हणून ओळखली जाणारी कॉफी म्हणजे इंडोनेशियामध्ये मिळणारी 'कोपी लुवाक' किंवा 'सिवेट कॉफी'. इंडोनेशियन भाषेत कॉफीला 'कोपी' म्हणतात. कोपी लुवाक ही अतिशय चविष्ट असून कॉफी शौकीन ती पिण्यासाठी व लुवाक फार्मना भेट देण्यासाठी मुद्दाम इंडोनेशियाला जातात. असे म्हणतात की, एकदा कोपी लुवाकची चव घेतली की इतर कोणत्याच प्रकारची कॉफी आवडत नाही. नेहमीच्या कॉफीपेक्षा ही कॉफी कडक असून तिला किंचित मातकट वास असतो.

कोपी लुवाक पिण्याचे खूप फायदे आहेत असे दिसून आल्याने त्यासाठी कित्येक डॉलर्स मोजणारे लोक आहेत. या कॉफीच्या एका कपाला ७५ ते ८० डॉलर्स लागतात तर एक किलो पावडरला साधारणपणे ७०० डॉलर्स म्हणजे ५५,००० रुपये मोजावे लागतात.

संशोधनातून असे सिद्ध झाले आहे की, लुवाक कॉफी पिणे शरीरासाठी खूपच फायदेशीर आणि आरोग्यदायी आहे. मुख्य म्हणजे या कॉफीत नेहमीच्या कॉफीच्या तुलनेत कॅफिनचे प्रमाण अतिशय कमी असते. असे असून देखील ती प्यायल्यावर शरीरातील आळस व सुस्ती निघून जाते व मूड सुधारतो. कोपी

लुवाकमुळे दातांचे आरोग्य सुधारते व दात स्वच्छ आणि कीटाणूमुक्त राहतात. या कॉफीच्या सेवनामुळे तोंडाचा कर्करोग होण्याची शक्यता कमी होते. तोंडचा वा पोटाचा अल्सर किंवा पचनसंस्थेच्या तक्रारी असणाऱ्यांना लुवाक कॉफी पिणे फायदेशीर ठरते. मधुमेह असलेल्या लोकांसाठी तर ही कॉफी म्हणजे वरदानच ठरते. तिच्या सेवनामुळे रक्तातील साखरेची पातळी नियंत्रित ठेवली जाते तसेच या कॉफीमध्ये असणारी तत्त्वे इन्स्युलिनचे योग्य प्रमाण राखण्यास मदत करतात. स्नायू दुखी, उच्च रक्तदाब तसेच कोलेस्टेरॉलची समस्या असणाऱ्यांसाठी या कॉफीचे सेवन फायदेशीर ठरते. हृदयाचे आरोग्य उत्तम राखायचे असेल तर कोपी लुवाक प्यावी, असे म्हटले जाते.

लुवाक कॉफी तयार करण्याची पद्धत काहीशी विचित्र व सहजासहजी न पटणारी अशी आहे. क्वचित ती कॉफी शौकिनांना नाराज करणारी देखील ठरू शकते. इंडोनेशियामधील एशियन पान सिवेट या काहीशा मांजरासारख्या दिसणाऱ्या प्राण्याच्या मदतीने ही कॉफी तयार केली जाते. पाम सिवेट कॉफीची फळे खातो; पण कॉफीच्या बिया पचवू शकत नाही. या बियांना तो आपल्या विष्ठेद्वारे बाहेर फेकून देतो व त्या बिया विष्ठेपासून वेगळ्या करून, त्या सुकवून लुवाक कॉफी तयार केली जाते.

या महागड्या कॉफीचे व्यापारी पाम सिवेट हे प्राणी पाळतात. सिवेट ही मांजराची एक प्रजात असून त्यांची शेपटी माकडांसारखी लांब असते. या कॉफीच्या वाढत्या मागणीमुळे इंडोनेशियामध्ये आज अनेक सिवेट फार्म्स दिसून येतात. या फार्म्सवर पाम सिवेटना कॉफीच्या निर्मितीसाठी पिंजऱ्यात कैद करून ठेवले जाते. पिंजयात त्यांची विशेष काळजी घेतली जाते. त्यांना खाण्यासाठी मासे, सफरचंद, केळी आणि गाजरे दिली जातात. मुख्य म्हणजे या पदार्थांच्या जोडीने त्यांना बळे बळे खूप कॉफीची फळे खायला लावतात. पोट भरून

फळे खाल्ल्यानंतर न पचलेल्या कॉफीच्या बिया त्यांच्या विष्ठेद्वारे बाहेर पडतात. विष्ठेतून बाहेर पडलेल्या कॉफीच्या बिया एकत्र करून धुतल्या जातात. धुताना त्यांचे वरचे आवरण किंवा साल काढले जाते व त्या बिया उन्हात वाळवल्या जातात. बियांवरील साल पूर्णपणे काढून टाकण्यासाठी त्या परत एकदा धुतल्या व वाळवल्या जातात. अशा तऱ्हेने सर्व प्रकारच्या जंतूंचा नाश झाल्यानंतर पुढची पायरी म्हणजे त्या बिया भाजल्या जातात. व्यवस्थित भाजल्या गेलेल्या बिया खाण्यायोग्य होतात.

सिवेटने कॉफीची फळे खाल्ल्यानंतर ती सुमारे २० ते २२ तास त्यांच्या पोटात असतात. त्यातल्या बिया सिवेटच्या पचनसंस्थेत आंबवल्या जातात. त्यामुळे त्या बियांतला कडवटपणा खूप कमी होतो. तसेच त्यांची चव आणि वास देखील बदलतो. पचनसंस्थेतील पाचक रसांमुळे कॉफीच्या बियातील ॲसिडिटी कमी होते. ही कॉफी पाम सिवेटच्या विष्ठेतून बाहेर पडलेल्या बियांपासून तयार केली जात असली तरी त्याची स्वच्छता आणि त्यातील पौष्टिक घटक याबद्दल योग्य ती काळजी घेतली जाते.

प्राणी हक्कासाठी काम करणाऱ्या अनेक संस्थांनी अशा कॉफी निर्मितीवर आक्षेप घेतला आहे. समाजातील काही लोक या प्रकाराच्या अगदी विरुद्ध आहेत कारण तो पाम सिवेटवर केलेला एकप्रकारचा अत्याचार किंवा क्रुरता आहे, असे त्यांना वाटते. दुसरी महत्त्वाची गोष्ट म्हणजे सिवेटना फार्म्सवर लहान लहान पिंजऱ्यात एकटे ठेवले जाते व त्यांना जबरदस्तीने कॉफीची फळे खायला लावली जातात. प्रमाणापेक्षा जास्त कॉफी बेरीज खाऊन त्यातील कॅफिनचा त्यांच्या तब्येतीवर परिणाम होतो. कॉफीच्या बिया सिवेटच्या आतड्यातून गेल्यानंतर त्या बियांवर अनेक प्रकारच्या पाचक विकरांची प्रक्रिया होते. त्यामुळे त्या बियांचा दर्जा सुधारून त्यांची पौष्टिकता कित्येक पटींनी वाढते. बियांमधील प्रथिनांच्या संरचनेत बदल होतो त्यातील आम्लता निघून जाते व त्या बियांपासून उत्तम चवीची कॉफी तयार होते.

बालीला गेलो असताना उबूद गावाजवळ असलेले कॉफीचे मळे बघण्याचा योग आला. तिथे कॉफीच्या झाडांच्या जोडीने लुवाक फार्म देखील बघायला मिळाले. त्या फार्मवर अनेक पाम सिवेट पाळले असून त्यांना अगदी लहान लहान पिंजऱ्यात ठेवले आहे. तिथे लुवाक कॉफीच्या बिया कशा दिसतात, त्या कशा धुतात व कशा भाजतात ते बघायला मिळाले, तसेच या कॉफीबद्दल खूप माहिती देखील मिळाली.

या कॉफीचा उगम कसा झाला याबद्दल त्या फार्मवर एक कथा ऐकायला मिळाली. ''सतराव्या शतकात इंडोनेशियातील बेटांवर डच वसाहतींच्या काळात कॉफीच्या मळ्यात काम करणाऱ्या मजुरांना, कॉफी पिण्यास बंदी होती. त्या भागात राहाणारे पाम सिवेट या प्राण्यांना ताजी पिकलेली कॉफीची फळे खायला खूप आवडत असत. त्यामुळे ते कॉफीच्या मळ्यात चेरीज खायला येत असत. सिवेटना मळ्यातून हाकलताना काही मजुरांना सिवेटची विष्ठा व त्यात असलेल्या अनेक कॉफीच्या बिया दिसल्या. बराच विचार करून त्यांनी त्यातील कॉफीच्या बिया गोळा केल्या. त्या दोन-तीनदा चांगल्या स्वच्छ धुवून वाळवल्या. नंतर भाजून व दळून त्याची कॉफी पावडर तयार केली. ती कॉफी पिताना त्या मजुरांच्या असे लक्षात आले की ती कॉफी वेगळीच आणि अतिशय चवदार आहे. सर्वांनाच ती कॉफी खूप आवडली. मग काय अशा प्रकारे लपून छपून मळ्यावरचे मजूर कॉफी तयार करू लागले व लुवाक कॉफीचा जन्म झाला.''

कोपी लुवाकला 'मुंगूस कॉफी' असे देखील म्हटले जाते. ही कॉफी अतिशय दुर्मीळ असल्यामुळे ती खूप महाग असते. ही कॉफी तयार करण्याची पद्धत अगदीच आगळी वेगळी तसेच वेळ खाणारी आहे. या पद्धतीत एका वेळी फार बिया मिळू शकत नाहीत. या कॉफीच्या बिया काहीशा हिरव्या पिवळ्या रंगाच्या असून त्यांना पानांचा वास येतो. मुख्य म्हणजे त्या बियांवर कोणत्याही प्रकारचे काळे डाग दिसून येत नाहीत. त्यांची किंमत वाढण्याचे हेच मुख्य कारण आहे.

आपल्याकडे कॉफीचा हा प्रकार फारसा प्रचलित नसला तरी इतर देशात ती खूपच लोकप्रिय असून जगभरातील लोक तिचा आस्वाद घेताना दिसतात. इंडोनेशियातील बाली, जावा सुमात्रा या बेटांवर तयार केल्या जाणाऱ्या या कॉफीला अतिश्रीमंतांची कॉफी म्हटले जाते.

ही कॉफी बालीच्या फार्मवर पिऊन बघता आली. जगातील सर्वांत महाग कॉफी पिण्याचा तो अनुभव नक्कीच खास असा होता.

२१

माँटे कार्लोंचे आलिशान कॅफे

'प्रिन्सिपॅलिटी ऑफ मोनॅको' या देशाबद्दल खूप काही ऐकले होते त्यामुळे तिथे जायची फार उत्सुकता होती. मोनॅको हा फक्त २.८ चौरस मीटर एवढ्या आकाराच देश असून तो आज जगातील दुसऱ्या क्रमांकाचा लहान देश आहे. देशाच्या पूर्वेला भूमध्य समुद्र व इतर तीन दिशांना फ्रान्स हा देश असून तिथून इटलीची सीमा फक्त सोळा किलोमीटर अंतरावर आहे.

मोनॅको हा जगातील सर्वांत श्रीमंत देश म्हणून ओळखला जातो, या देशाचे वैशिष्ट्य म्हणजे तेथील रहिवाशांना वैयक्तिक आयकर भरावा लागत नाही. या कारणामुळे जगभरातील अनेक धनाढ्य लोक, उद्योगपती व खेळाडू तिथे स्थायिक झाले आहेत. मोनॅकोमध्ये राजेशाही सरकार असून दुसरा आल्बर्ट हा मोनॅकोचा राजकुमार व सत्ताप्रमुख आहे. देशाची राजधानी मोनॅको असून माँटे कार्लो हे सर्वांत मोठे शहर आहे.

माँटे कार्लो हा मोनॅकोमधील सर्वांत मोठा व महत्त्वाचा परगणा असून तो प्रसिद्ध आहे तो तिथे असलेल्या 'कसिनो डी माँटे कार्लो' या कसिनोसाठी, वर्षातून एकदा होणाऱ्या अतिशय मानाच्या अशा ग्रँड प्रि मोटर रेससाठी व टेनिस स्पर्धेसाठी.

माँटे कार्लोच्या प्रसिद्ध कसिनोला जाण्यासाठी थोडा घाट चढून जावा लागतो. असे म्हणतात की, त्या घाटातल्या प्रत्येक वळणामागे एक कथा आहे त्यामुळे कसिनोला पोहोचण्याआधीचा सुमारे तीन किलोमीटरचा घाट आम्ही पायी जायचे ठरवले. त्या सगळ्या कथा ऐकत व वाटेतल्या गोष्टी बघत वर पोहोचेपर्यंत पाय चांगलेच भरून आले. त्यामुळे मला कधी एकदा बसते असे झाले होते.

बरोबरचे लोक कसिनोच्या दिशेने गेले. मला मात्र समोर एक कॅफे दिसल्यावर माझी पावले आपोआप तिकडे वळली. कॅफेमधील बहुतेक सर्व टेबले भरली होती. जी काही दोन चार टेबले रिकामी दिसली त्यातल्या एका टेबलाशी मी जाऊन बसले.

खुर्चीत बसल्यावर आणि आजूबाजूच्या टेबलवरील कॉफीच्या वासानेच माझा निम्मा थकवा गेला. त्या टेबलावर आरक्षित असे लिहिले होते; पण मला त्यावेळी कुठेतरी बसण्याची जरूरी असल्यामुळे मी त्याकडे पूर्णपणे दुर्लक्ष केले. तेवढ्यात एक वेट्रेस येऊन माझ्या कानात कुजबुजली की त्या आरक्षित टेबलवर मी बसू शकत नाही. माझी तिथून उठायची अजिबात इच्छा नव्हती. त्यामुळे मी तिला विचारले, ''आरक्षण किती वाजताचे आहे?'' तर ते चांगले पाऊण तासानंतरचे होते. ते ऐकल्यावर तिला मी विनंती केली, ''मी चालून चालून खूप दमले आहे त्यामुळे बरोबर अर्धा तास इथे बसते तू मला पटकन कॉफी आणून दे.''

सुरुवातीला तिला ते पटले नाही पण नंतर ती आत जाऊन कोणाला तरी विचारून आली आणि मला दोन दोनदा 'फक्त अर्धा तास हं!' असे बजावले. मेन्यूकार्ड वाचण्यात वेळ घालवण्यापेक्षा मला मिळालेला अर्धा तास त्या कॅफेमधला माहोल उपभोगण्यात जास्त रस होता त्यामुळे मी तिचे आभार मानून तिला काळी कॉफी, दूध आणि ब्लूबेरी मफीनची ऑर्डर देऊन टाकली. बरोबर पाचव्या मिनिटाला ती कॉफीचा ट्रे घेऊन आली. ट्रेमध्ये उंची बोन चायनाची कपबशी, दुधाचे भांडे, सुबक घाटाची दोन कप कॉफी मावेल एवढी किटली, लहानशा बोलमध्ये बटाट्याच्या वेफर्ससारखा काहीतरी तिखटाचा पदार्थ आणि माझे मफिन असे होते. तिने कपात कॉफी ओतून मला हवे तेवढे दूध घातले आणि 'एन्जॉय युअर कॉफी' असे म्हणून परत एकदा मला अर्धा तासाची आठवण करून दिली. कॉफीचा एक घोट घेतल्यावर माझ्या चेहऱ्यावरचा आनंद बघून मनापासून हसली व माझ्यासमोर बिलाचे फोल्डर ठेवून पुढे गेली.

मी ट्रेमधील पदार्थांचा आस्वाद घेत कॉफी प्यायले. कॉफी संपल्यावर फोल्डर उघडून बघितले तर ते तीस युरो (३० x रू. ८०) म्हणजे सुमारे दोन हजार चारशे रूपये एवढे होते. मी क्षणभर बिलाच्या आकड्याकडे बघतच राहिले; पण आता ते देण्याशिवाय काही इलाज नव्हता. मी परत कशाला माँटे कार्लोला आणि त्या कॅफेमध्ये येणार होते? मी मुकाट्याने फोल्डरमध्ये कॉफीचे बिल व वेट्रेसला बक्षिस असे चाळीस युरो ठेवले. मला दिलेला अर्धा तास संपत आला होता. त्यामुळे वेट्रेस बिल घ्यायला आली. मला कॅफेमध्ये बसायला दिल्याबद्दल मी तिचे परत एकदा आभार मानून कॅफेच्या बाहेर पडले.

मला थोडा वेळ बसायची आणि कॉफी पिण्याची अतिशय जरूर होती. त्यामुळे नंतरच्या भटकंतीला जरा उत्साह आला. हे कॅफे कसिनोच्या अगदी समोर असल्यामुळे तिथून कसिनोचे मुख्य प्रवेशद्वार, तिथे आलेले गर्भश्रीमंत लोक, त्यांचे कपडे, आलिशान गाड्या हे सर्व मला अनुभवता आले होते. आता हातात जे काही तीन साडेतीन तास होते त्यात कसिनो आतून बघायचा होता व त्याच्या समोरील स्क्वेअरमध्ये हिंडायचे होते. कॅफे द पॅरिसमधून बाहेर पडताना आमच्या ग्रुपपैकी काही जणांनी मला बघितले व विचारले की मी कॅफेमधील टेबल किती दिवस आधी बुक केले होते? मी आधी रिझर्वेशन न करता तिथे जाऊन आले, यावर कोणाचा विश्वासच बसला नाही. अगदी मोक्याच्या जागी असलेले कॅफे द पॅरिस कायम माणसांनी फुलून गेलेले असते. तिथे बसून कसिनोच्या आजूबाजूचा माहोल अनुभवता येतो, म्हणूनच लोक तिथे बसण्यासाठी आधी टेबल बुक करतात.

मला तर तोपर्यंत त्या कॅफेचे नाव पण माहीत नव्हते. कॅफेबद्दल या सगळ्या गोष्टी मला नव्यानेच कळल्या होत्या. अर्थात हे सगळे अनुभवायला मला मिळालेला अर्धा तास अगदीच कमी होता. अशा या खास कॅफेमध्ये मला आधी बुकिंग न करता जाता आले, हे माझे भाग्यच म्हटले पाहिजे. भले, त्या कॉफी आणि मफिनसाठी चाळीस युरो खर्च करावे लागले, पण कॅफे द पॅरिस सारख्या प्रतिष्ठित कॅफेमध्ये बसून कॉफीचा आस्वाद घेणे आणि माँटे कार्लोच्या कसिनोमध्ये जाणे हा अनुभव माझ्यासाठी नक्कीच खास असा होता.

२२

केनिया कॉफी प्लांटेशन

केनिया हा पूर्व आफ्रिकेतील एक प्रगत देश असून तो कॉफी व चहा तसेच जंगल सफारींसाठी प्रसिद्ध आहे. या देशाने १२ डिसेंबर १९६३ रोजी युनायटेड किंग्डम पासून स्वातंत्र्य मिळवले आणि १२ डिसेंबर १९६४ रोजी स्वतःला 'केनिया प्रजासत्तक राष्ट्र' म्हणून घोषित करून 'नैरोबी' ही देशाची राजधानी केली. या देशाला इथिओपिया, सोमालिया, टांझानिया, दक्षिण सुदान आणि युगांडा या देशांचा शेजार लाभला आहे.

शेती हा केनियातील प्रमुख उद्योग असून चहा व कॉफी ही मुख्य पिके आहेत. केनियामध्ये कॉफी कशी आली, याबद्दल असे सांगितले जाते की अठराशे सालाच्या शेवटी काही मिशनरी लोकांनी ब्राझीलमधून तिथे कॉफी आणली. कॉफीची जन्मभूमी असलेला इथिओपिया देश केनियाचा शेजारी असताना तिथे ब्राझीलमधून कॉफी आणली गेली, याचे जरा आश्चर्य वाटते. केनियामधील हवामान तसेच ज्वालामुखीमुळे बनलेली सुपीक जमीन व उंची या सर्व गोष्टी कॉफीसाठी अतिशय अनुकूल असल्यामुळे अल्पावधीतच कॉफीची झाडे तिथे चांगलीच फोफावली व उत्तम प्रतीच्या कॉफीचे पीक मिळू लागले. त्यावेळी केनियात ब्रिटिश कॉलनीवाल्यांची सत्ता असल्यामुळे त्यांनी केनियातील सर्व

पिकांची देखभाल स्वत:च्या ताब्यात घेतली होती. चहा व कॉफी प्लांटेशन देखील त्यापैकीच.

आता केनियामध्ये जंगल सफारीच्या जोडीने चहा व कॉफी इस्टेटच्या टूर्स पर्यटकांचे आकर्षण बनल्या आहेत. फेअर व्ह्यू इस्टेटस ही केनियामधील काही मोठ्या कॉफी प्लांटेशनपैकी एक मानली जाते. जवळपास शंभर एकरात पसरलेले हे प्लांटेशन नैरोबीपासून अध्र्या तासाच्या अंतरावर आहे. नैरोबीहून तिथे रोज सकाळी १० वाजता आणि दुपारी २ वाजता अशा सहली आयोजित केल्या जातात. आम्ही दुपारची टूर घ्यायचे ठरवले. सुमारे तीन तासांची कॉफी प्लांटेशन व कॉफी टेस्टिंग टूर व जाण्या-येण्यात एक तास असे मिळून चार तासांची ती सहल होती.

कॉफी इस्टेटच्या आवारात शिरल्यावर सुंदर फुलांची बाग व हिरवळ मनाला सुखावून गेली. केनियाचा पारंपरिक पोषाख घातलेली स्वागतिका तिथे उभी होती. तिने आम्हा सर्वांना गुलाबाचे फूल देऊन आमचे स्वागत केले व आम्हाला हिरवळीवरील खुच्र्यांवर बसण्याची विनंती केली. हिरवळीच्या एका बाजूला मोठे टेबल व त्यावर कॉफीचा सरंजाम मांडला होता. त्यात मोठी कॉफीची किटली, दूध, साखर, मक्याच्या लाह्या, बिस्किटे व कप केक्स ठेवले होते. आम्ही आपापल्या आवडीप्रमाणे कॉफी करून घेतली व गाईडकडून कॉफी इस्टेटची माहिती ऐकण्यासाठी खुच्र्यांत जाऊन बसलो. माहिती ऐकण्याच्या कार्यक्रमानंतर आमचा कॉफी प्लांटेशनचा पायी दौरा सुरू झाला. कॉफीचे मळे पांढऱ्या फुलांनी व हिरव्या चेरीजनी फुललेले होते त्यामुळे ते बघणे म्हणजे एक आनंददायी दृश्य होते. ती बघत बघत कॉफीच्या झाडांमधून आम्ही बरेच फिरलो.

केनियातील सगळ्याच कॉफी इस्टेटवर ऑक्टोबर आणि नोव्हेंबर महिन्यात पर्यटकांची खूप गर्दी होते. कारण त्या दिवसात कॉफीच्या बेरीज तोडल्या जातात. त्यावेळी या इस्टेटवर चारशे ते पाचशे माणसे काम करत असतात. त्यांचे मुख्य काम म्हणजे कॉफीच्या बेरीज तोडणे हे असते. त्यावेळी पर्यटकांना देखील त्या लोकांबरोबर कॉफीच्या बेरीज तोडण्याची व इतर काम करण्याची मजा घेता येते.

कॉफी प्लांटेशन नंतरचा टप्पा होता फॅक्टरी बघण्याचा. फॅक्टरीमध्ये एक गोष्ट लक्षात आली ती म्हणजे तिथे कॉफीच्या बेरीजवर पुढच्या प्रक्रिया करण्यासाठी मशीन्स होती, तरी बहुतेक काम कामगारच करत होते. बेरीज तोडल्यानंतर त्या पाण्यात स्वच्छ करून ३६ तास आंबवायला ठेवतात. या बेरीज धुण्याचे व

नंतर एका मोठ्या टबमध्ये आंबायला ठेवण्याचे काम हातांनीच केले जात होते. आंबल्यावर त्याच्या वरचे साल निघून जाते व मग त्या उन्हात वाळायला ठेवल्या जातात. आंबलेल्या बेरीज उन्हात वाळवायला आणून त्या मोठ्या प्लास्टिकच्या कागदावर हातानेच पसरवल्या जात होत्या. त्यांना काळपट रंग आला व आतल्या कॉफीच्या बिया वाजायला लागल्या की बेरीज वाळल्या असे समजले जाते. बेरीज वरील साल लाकडाच्या पट्टीच्या मदतीने चोळून काढले जात होते.

एकदा का या बिया काढल्या की त्यानंतरचा महत्त्वाचा टप्पा म्हणजे त्यांचे वर्गीकरण. केनियामध्ये कॉफी प्लांटेशनवर काम करणारे लोक कॉफीच्या बियांचा आकार, वजन, रंग पाहून त्याचे वर्गीकरण करतात.

- पी बेरी म्हणजे कॉफी चेरीमध्ये एकुलते एक बी. हे सर्वांत उच्च दर्जाचे कॉफी बीन समजले जाते.
- एलिफंट बीन्स या आकाराने खूप मोठ्या असून त्या मानाने दुर्मीळ असतात.
- टीटी या आकाराने सर्वांत लहान असतात.
- बूनी या प्रकारच्या कॉफी बेरीज पिकल्यावर आपोआप झाडावरून गळून पडतात व त्यांची चव बऱ्यापैकी आंबट असते.

झाडावरून पडलेल्या बूनी बेरीज गोळा करून वेगळ्या ठेवल्या जातात. त्या भाजणे, दळणे या प्रक्रिया देखील वेगळ्याच केल्या जातात. बूनी बेरीजची कॉफी इतर प्रकारच्या कॉफीपेक्षा निकृष्ट दर्जाची असते.

एकदा का वर्गीकरण करून झाले की, त्या बिया भाजण्याचे व दळण्याचे काम मात्र मशीनवर केले जात होते. त्यानंतर मिक्सिंग व पॅकिंग हे महत्त्वाचे टप्पे होते. केनियातील बहुतेक सगळ्याच कॉफी इस्टेटवर अशा प्रकारे हातांनीच काम होते.

कॉफी इस्टेटवरचा सर्वांत महत्त्वाचा भाग म्हणजे 'कॉफी टेस्टिंग'. हा कार्यक्रम एका हॉलमध्ये आयोजित केला होता. कॉफीबद्दलची माहिती ऐकल्यावर प्रत्येकाला लहान लहान कपातून तीन प्रकारची कॉफी देण्यात आली. कॉफीची चव कशी बघायाची याची एक पद्धत असते. प्रथम तो लहान कप नाकाजवळ नेऊन त्यातल्या कॉफीचा वास घ्यायचा. नंतर काही सेकंद तो गंध अनुभवायचा व नंतर अगदी हळुवारपणे त्यातल्या कॉफीचा एक लहानसा घोट घ्यायचा. त्या कॉफीची चव जिभेवर रेंगाळली पाहिजे, अशा रीतीने उरलेली कॉफी प्यायची. या पद्धतीने त्या तीन प्रकारच्या कॉफी प्यायल्यावर त्या प्रत्येक प्रकारच्या कॉफीची चव आणि त्यांचा स्वाद वेगळा आहे, हे जाणवले.

केनियामध्ये आज ज्या काही कॉफी हाऊस चेन्स आहेत, त्यापैकी जावा कॉफी, डॉर्मन्स कॉफी, स्प्रिंग व्हॅली आणि आर्ट कॉफी या काही लोकप्रिय चेन्स आहेत. यापैकी आर्ट कॉफी या चेनने आपले पहिले रेस्टॉरंट नैरोबीच्या वेस्ट गेट मॉलमध्ये उघडले. त्यामुळे वेस्ट गेट मॉलमध्ये गेलो असताना या कॉफीची चव बघता आली. तसेच स्प्रिंग व्हॅली कॉफी प्लांटेशनवर त्यांची कॉफी पिऊन बघता आली.

या कॉफी इस्टेटवर कॉफी प्लांटेशन व्यतिरिक्त बर्ड वॉचिंग ट्रेल म्हणजेच पक्षी निरीक्षण क्षेत्र, जंगल वॉक, डेअरी, कॅफे आणि कॉफी शॉप अशा इतर गोष्टी आहेत, हे आम्हाला तिथे गेल्यावर कळले. या सगळ्या गोष्टींची मजा घ्यायची असेल तर तिथे दिवसभराच्या टूर्स होत्या. या प्लांटेशनवर आम्हाला एक ब्रिटिश ग्रुप भेटला. ते लोक बर्ड वॉचिंगसाठी गेले होते. त्यांनी सांगितले की, त्यांना या प्लांटेशनवर खूपच वेगवेगळ्या प्रकारचे पक्षी बघायला मिळाले व त्यापैकी काही पक्षी अगदी दुर्मीळ होते.

आमच्या सहलीचा गाईड अगदी मार्मिक होता. त्याच्याकडून कॉफीबद्दलच्या व केनियाबद्दलच्या अनेक गोष्टी आम्हाला नव्याने कळल्या. कॉफी इस्टेटवर घडणाऱ्या गोष्टी तर त्याने अगदी रंगवून रंगवून सांगितल्या. त्यामुळे कॉफी इस्टेटच्या टूरला खूपच मजा आली. अशीच एक गोष्ट परतीच्या प्रवासातली – गाईडने आम्हाला विचारले ''जगातल्या कोणत्याही कॉफीपेक्षा केनियन कॉफीची चव सरस का असते? त्याचे कारण कोणाला माहिती आहे का?''

लोकांनी केनियातील हवामान, लाव्हाने परिपूर्ण सुपीक जमीन अशी उत्तरे दिली. त्यावर गाईड हसून म्हणाला, ''आता या प्रश्नाचे खरे उत्तर ऐका, आपण जसे एखादा पदार्थ चांगला झाला की म्हणतो पदार्थ तयार करणाऱ्याच्या हातांची चव त्यात उतरली आहे. तसेच काहीसे केनियन कॉफीच्या बाबतीत आहे. केनियात झाडावरच्या बेरीज तोडण्यापासून ते बियांची वर्गवारी करेपर्यंतची सर्व कामे आमची माणसे हाताने करतात. केनियन कॉफीत त्यांच्या हाताची चव उतरते, म्हणून तिला खास चव मिळते.''

त्याचे हे उत्तर ऐकून आम्ही सगळे अगदी मनापासून हसलो.

२३

पोर्तुगीज कॅफे

पोर्तुगालची शान आहे ती त्यांच्या कित्येक वर्षे जुन्या इतिहासात, तिथल्या मध्ययुगीन इमारतीत आणि अप्रतिम किल्ल्यात. फरसबंदी पाउलवाटा आणि त्याच्या दुतर्फा असलेली लहान लहान दुकाने व असंख्य कॅफेज ही पोर्तुगालची खरी ओळख आहे. त्या रस्त्यांवरून जर आपण पायी हिंडलो आणि एक दोन कॅफेंना भेट दिली तर खरे पोर्तुगाल काय आहे ते समजायला वेळ लागत नाही. तो प्रत्येक लहानसा रस्ता आणि प्रत्येक कॅफे आपल्याला त्यांची अशी एक वेगळी कहाणी सांगतो. पोर्तुगीज लोक कॉफीला / कॅफेला प्रेमाने 'बिका' म्हणतात. त्यांच्या म्हणण्यानुसार बिका म्हणजे अनेक रंजक कहाण्यांचे मिश्रण आहे.

कॅफेमध्ये जाणे हा पोर्तुगीज लोकांच्या जीवनातला एक महत्त्वपूर्ण भाग आहे. तरुणांचा तिथे अड्डा असतोच; पण वयस्कर मंडळी व बायका देखील त्याला अपवाद नाहीत. बहुतेक वेळा कॅफेच्या शेजारीच त्यांची स्वतःची लहानशी बेकरी असते. कॅफेमध्ये कॉफीबरोबर त्या बेकरीमध्ये तयार झालेले ताजे गरमागरम बेकरी प्रॉडक्टस मिळतात. सकाळचा नाश्ता मिळण्याचे व मित्रमंडळींना भेटण्याचे एकमेव ठिकाण म्हणजे अशा कॅफे. रस्त्याच्या कडेला असलेल्या मुख्य कॅफेच्या समोर रंगीबेरंगी छत्र्यांखाली टेबले- खुर्च्या टाकलेल्या व बाजूच्या कुंपणावर लाल

गुलाबी रंगाच्या जिरेनियमच्या फुलांनी डवरलेल्या कुंड्या असा सगळा तो देखावा असतो. तिथे बसून कॉफीचा आस्वाद घेत, रस्त्यावरची गर्दी बघत, आजूबाजूच्या गोष्टी न्याहाळत तो माहोल उपभोगण्यात एक वेगळीच मजा असते. अशा मस्त वातावरणात कॉफी व गप्पांचा आस्वाद घेत पोर्तुगीज लोक आपला दिवसाचा कितीतरी वेळ आणि पैसा खर्च करतात. मला असे लक्षात आले की, हे लोक आपले आयुष्यदेखील असेच शांतपणे जगत असतात. त्यांना कोणत्याही प्रकारची घाई गडबड नसते, असे वाटून जाते. रम्य वातावरणात आपल्या जीवनाचा व कॉफीचा विशेष रुचीने आस्वाद घ्यायचा, ही खऱ्या पोर्तुगीज माणसाची मनापासूनची आवड!

पोर्तुगालच्या वास्तव्यात ज्या काही हातांच्या बोटावर मोजता येतील एवढ्या कॅफेजना भेट दिली, त्या प्रत्येक कॅफेमध्ये मला विविधता दिसून आली. त्यापैकी लक्षात राहिलेले एक कॅफे म्हणजे ‘स्पून कॅफे’, या कॅफेची सजावट अगणित आकाराच्या आणि प्रकारच्या चमच्यांनी केलेली होती. आम्ही टेबलवर स्थानापन्न झाल्यावर एक वेट्रेस ऑर्डर घ्यायला आली. त्यावेळी तिने सांगितले, ‘‘तुम्ही जर आमच्या कॅफेला एक चमचा भेट म्हणून दिलात तर आम्ही तुम्हाला एक कप कॉफी फ्री देऊ.’’ आश्चर्य म्हणजे माझ्या मैत्रिणीच्या पर्समध्ये एक नक्षीदार लाकडी मूठ असलेला स्टेनलेस स्टीलचा चमचा होता. तिने लगेच आपल्या पर्समधून तो चमचा काढून कॅफेला दिला व फ्री कॉफी मिळवली.

पोर्तुगालची राजधानी लिस्बन येथे अशाच एका अगदी आगळ्या वेगळ्या कॅफेमध्ये जाणे झाले. एके दिवशी बरेच हिंडून झाल्यावर हॉटेलवर परत येत होते. चालता चालता हॉटेल शेजारच्या गल्लीमधील एका कॅफेच्या नावाकडे माझे लक्ष गेले. त्या कॅफेचे नाव होते ‘मेक युवर ओन कॉफी’ मला कॉफी ची तलफ आलीच होती त्यामुळे मी अगदी उत्सुकतेने त्या कॅफेमध्ये शिरले.

आत गेल्यावर वेट्रेसने स्वागत केले व मला त्या कॅफेमध्ये स्वतःच्या आवडीची व स्वतःला हवी तशी कॉफी करण्याबद्दल माहिती दिली. तिने सांगितले, ‘‘अशी कॉफी तयार करायची असेल तर त्यासाठी एका अटीची पूर्तता करावी लागते. कॅफेमध्ये एक वही ठेवली आहे व त्यात तुमच्या आवडीच्या कॉफीची किंवा कॉफी वापरून तयार केलेल्या पदार्थाची रेसिपी लिहायची. रेसिपी नाही लिहिली तर कॉफीबद्दल चार पाच ओळी लिहायच्या,’’ कॉफी करताना लागेल ती मदत

करायला ती व तिच्या दोघी साथीदार होत्या. मला पोर्तुगीज कॅफेमध्ये जाऊन स्वत:च्या हाताने कॉफी तयार करायची ती कल्पना फारच आवडली.

त्रिकोणी आकाराच्या त्या कॅफेमध्ये एका बाजूला ओटा होता. त्यावर मायक्रोवेव्ह ओव्हन, कॉफी मेकर, पर्कोलेटर व अनेक प्रकारच्या कॉफी पावडरी, निरनिराळी हर्ब्ज व मसाले ठेवले होते. बाजूला निरनिराळ्या आकाराचे कप व ग्लास ठेवले होते. ओट्याशेजारच्या फ्रीजमध्ये कॉफी डिकॉक्शन सॉफ्ट ड्रिंक्स व आईस्क्रीम आहे, असे त्या मुलीने सांगितले. मी जरा विचार करून त्यातला एक

उंच ग्लास घेतला व त्यात फ्रीजमधले गार डिकॉक्शन घातले. ते किती कडक आहे ते चव घेऊन पाहिले व त्यात थोडे थंड पाणी घातले. त्यावर व्हॅनिला आएस्क्रीम घालावे का कॉफी आईस्क्रीम घालावे असा विचार करत होते; पण शेवटी दोन्हीचे अर्धे अर्धे गोळे माझ्या कॉफीवर घातले. तिथल्या मुलीने लगेच पुढे येऊन आईस्क्रीमवर थोडी कॉफी पावडर भुरभुरली आणि पुदिन्याचे पान व कॉफी बिस्किट खोचून तो ग्लास सजवून टाकला.

कॅफेच्या दुसऱ्या बाजूला पुडिंग्ज, केक्स व काही खाण्याचे पदार्थ ठेवले होते. दिवसभर हिंडून भूक लागलीच होती त्यामुळे कॉफीबरोबर खाण्यासाठी सँडविचेस घेतले व एका टेबलशी जाऊन बसले, कॉफी व सँडविचेसचा आस्वाद घेत तिथल्या वहीत काय लिहावे, याचा विचार करत होते. त्यावर आपल्याकडे गाण्याच्या कार्यक्रमाला करतात ती संगीत कॉफी आठवली, मग काय जायफळ वेलदोडा घातलेल्या दुधाळ आणि गोड मिट्ट अशा कॉफीची रेसिपी त्यात लिहिली. वर गंमत म्हणून त्या कॉफीच्या नावाचे शब्दश: भाषांतर करून त्याला 'म्युझिक कॉफी' असे नाव दिले. ते नाव वाचून वाचक चक्रावून जातील. या कल्पनेने मला हसू आले. कॉफीचा आस्वाद घेत मी आजूबाजूला चाललेली मजा बघत बसले. कोणाची कॉफी छान जमत होती तर कोणाची नाही; पण सर्वजण आपली कॉफी करण्याची मनापासून मजा घेत होते.

पोर्तुगीज लोक जातीचे कलावंत आहेत, याचा प्रत्यय सगळ्या कॅफेजमध्ये येतो. प्रत्येक गावात कलादालने तर आहेतच; पण बहुतेक कॅफेजमध्ये स्थानिक कलावंतांच्या चित्रांची प्रदर्शने भरवलेली दिसतात. पोर्तुगीज संस्कृतीचा वारसा जपणारी कला म्हणजे हाताने रंगवलेल्या सिरॅमिक टाईल्स. अशा टाईल्सचा उपयोग बहुतेक कॅफेमध्ये केलेला दिसून येतो. एकूण काय तर या कॅफेमध्ये पोर्तुगीज कॉफीच्या जोडीने पोर्तुगीज कलेचाही आस्वाद घेता येतो.

पोर्तुगीज माणसांचे आपल्या देशावर मनापासून प्रेम असते. कोणताच देश आपल्या देशाइतका सुंदर असू शकत नाही, अशी त्यांची ठाम समजूत असते. हा देश फारसा श्रीमंत नाही; पण सर्वसामान्य पोर्तुगीज माणूस खाऊन पिऊन सुखी आहे. तर असे आहेत हे 'हॅपी गो लकी' व 'कॉफीप्रेमी' पोर्तुगीज लोक आणि उत्तम कला व इतिहासाचा वारसा जपलेला त्यांचा देश. खूपसा आपल्यासारखा, पण तरीही युरोपीय.

मी अनुभवलेली कॉफी

वेगवेगळ्या देशांत गेल्यावर मला तिथल्या खाद्यसंस्कृतीत आणि ओघानेच कॉफी संस्कृतीत डोकावून बघायला मनापासून आवडते. त्यावेळी माझ्या एक गोष्ट लक्षात आली की प्रत्येक देशातील कॉफीमागे काहीतरी लहानशी का होईना एखादी कहाणी असते. ती कहाणी ऐकली की मग ती कॉफी पिताना आणखीच मजा येते. अशाच काही कहाणी असलेल्या व देशोदेशी अनुभवलेल्या मस्त चवींच्या कॉफीच्या गोष्टी.

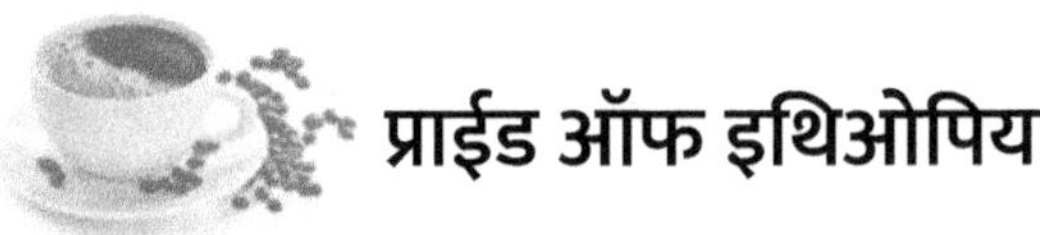

प्राईड ऑफ इथिओपिया

ज्या इथिओपिया देशात कॉफीचा उगम झाला त्या देशाबद्दल कॉफीप्रेमींनी काही गोष्टी जाणून घेणे आवश्यक आहे, असे मला वाटते. इथिओपिया हा जगातील काही जुन्या देशांपैकी एक असून त्याचे पूर्वीचे नाव 'ॲबिसिनिया' असे होते. आफ्रिका खंडातील या देशाची राजधानी म्हणजे 'अदीस अबाबा'. या देशाला उत्तरेकडे जिबूती, दक्षिणेकडे केनिया, पूर्वेकडे सोमालिया व पश्चिमेकडे दक्षिण सुदान हे देश शेजारी म्हणून लाभले आहेत.

इथिओपियातील भाषा, जीवनशैली, चालीरीती, पेहराव व संस्कृती अशा अनेक बाबतीत इतर आफ्रिकी देशांच्या तुलनेत वेगळेपणा जाणवतो. हा देश पर्यावरणदृष्ट्या सुद्धा वैविध्यपूर्ण असा आहे. देशात अनेक टोळ्यांचे वास्तव्य असून तिथे जवळपास ९० भाषा बोलल्या जातात. 'आम्हारिक' ही देशाची अधिकृत भाषा असून 'बीर' हे देशाचे चलन आहे.

इथिओपिया हा जगातील एकमेव देश आहे की, जिथे एका वर्षात १३ महिने असतात. त्यांच्या बारा महिन्यातील प्रत्येक महिन्यात तीस दिवस असतात व जे काही जास्तीचे पाच किंवा सहा दिवस राहतात तो त्यांचा तेरावा महिना असतो. त्या तेराव्या महिन्याला 'प्यागुमे' म्हणतात. इथिओपियन लोक आपले नवीन वर्ष ११ सप्टेंबर रोजी साजरे करतात. त्याला 'एनकुताश' (enkutash) असे म्हटले जाते.

देशात सर्वांत मोठा तलाव म्हणजे 'ताना'. ताना तलाव हा ८४० चौरस मैल एवढा मोठा असून त्याचे वैशिष्ट्य म्हणजे ते नाईल नदीचे उगमस्थान आहे.

इथिओपिया हा देश कृषिप्रधान असून देशातील सुमारे ९०% लोक शेतीवर अवलंबून आहेत. तेथील लाव्हाजन्य जमीन अतिशय सुपीक व कसदार असून नाईल नदीच्या कालव्यांमुळे पिकांना भरपूर पाणी मिळू शकते. हवामान व जमीन ही कॉफीसाठी अतिशय अनुकूल असल्यामुळे हा देश आफ्रिका खंडातला मुख्य कॉफी उत्पादक देश म्हणून ओळखला जातो. आज या देशाची अर्थव्यवस्था कॉफी व कॉफीच्या निर्यातीमुळे बळकट होण्यास मदत झाली आहे.

आफ्रिका खंडातील केनिया, टांझानिया, साऊथ आफ्रिका, मोरोक्को, इजिप्त या देशांना भेट दिली; पण कॉफीची जन्मभूमी असलेल्या इथिओपिया देशात जाणे झाले नाही. या इतर देशांत इथिओपियन कॉफी पिण्याचा मात्र योग आला. सगळ्याच देशांत इथिओपियन कॉफी ही अगदी खास मानली जाते. तिची किंमत ही इतर देशातील कॉफीपेक्षा बऱ्यापैकी जास्त असते. साऊथ आफ्रिकेतील जोहान्सबर्ग येथील एका इथिओपियन कॉफी हाऊसमध्ये 'प्राईड ऑफ इथिओपिया' या नावाची इथिओपियन कॉफी पिऊन बघता आली.

पांढऱ्या, तपकिरी रंगात सजावट केलेले ते कॉफी हाऊस अगदी वेगळ्या प्रकारचे वाटले. पांढरे शुभ्र टेबलक्लॉथ व त्यावर कॉफीबीन्सची चित्रे असलेली टेबलमॅट्स फारच छान दिसत होती. पांढऱ्या भिंतीवर कॉफीविषयीची चित्रे

लावली होती तर कॉफी हाऊसच्या मध्यभागी एक लहानसे पाण्याचे कारंजे होते. वेगवेगळ्या प्रकारच्या झाडांमुळे कॉफी हाऊसचे सौंदर्य आणखी उठून दिसत होते.

मेन्यू कार्डवर बघून मी 'प्राईड ऑफ इथिओपिया' नावाची कॉफी ऑर्डर केल्यावर पांढऱ्या व कॉफी रंगाच्या कपड्यातली वेट्रेस कॉफीचा ट्रे घेऊन आली. ट्रेमध्ये पारदर्शक काचेच्या कपबशीत कॉफी, त्याबरोबर गरम दूध, थोडे बटाट्याचे वेफर्स व चार पाच कॉफी कँडी असे होते. वेट्रेसने सांगितले की ''कॉफीत तुला हवे तेवढे दूध घाल व कॉफी आणखी गोड हवी असेल तर त्यात एक कँडी टाक.'' कॉफीमध्ये कँडी हा प्रकार मला जरा नवा वाटला. माझी कॉफी मला हवी तेवढी गोड होती त्यामुळे मला काही त्यात कँडी घालायला लागली नाही.

कॉफी संपल्यावर मला कपाच्या तळाशी एक कॉफी बीन दिसले व उलगडा झाला की कॉफीत साखरेऐवजी कॉफी कँडी वापरली होती व त्या कँडीच्या आत कॉफीबीन होते. गरम कॉफीत ती कँडी विरघळली व कॉफीला गोडपणा मिळाला; पण आतले कॉफी बीन तसेच तळाशी राहिले. कॉफीत व्हॅनिला इसेन्स देखील होता. एकूण काय तर ती वेगळ्या प्रकारची कॉफी प्यायला मजा आली. मी लगेच वेट्रेसला बोलावून त्या कॉफीची रेसिपी विचारली.

कॅफेमधील बहुतेक सगळ्या टेबलमॅटच्या मागे एखाद्या कॉफीची रेसिपी किंवा कॉफीबद्दल काहीतरी माहिती लिहिलेली होती. वेट्रेसने शेजारच्या टेबलवरचे एक टेबलमॅट आणून माझ्यासमोर उलटे केले तर त्यावर 'प्राईड ऑफ इथिओपिया' कॉफीची रेसिपी लिहिलेली होती. ती रेसिपी लगेच माझ्या डायरीत जाऊन बसली.

प्राईड ऑफ इथिओपिया

साहित्य	**कृती**
१०० मिली कॉफी डिकॉक्शन, १०० मिली पाणी, ४० मिली गरम दूध, ४ थेंब व्हॅनिला इसेन्स व २ कॉफी कँडीज	कॉफी डिकॉशन व पाणी एकत्र करून गरम करावे. त्यात गरम दूध घालावे. व्हॅनिला इसेन्स घालून ढवळावे व कपात ओतावे. त्यात २ कॉफी कँडीज घालून सर्व्ह करावे.

इथिओपियन कॉफी समारंभ

दक्षिण आफ्रिकेतील जोहान्सबर्गला गेलो असता परदेशी लोकांनी अंधार पडल्यावर हॉटेलच्या बाहेर पडू नये व दिवसा सुद्धा एकटे हिंडू नये, असे सांगितले गेले. असे असले तरी त्या हॉटेलमध्ये रोज संध्याकाळी काही ना काही कार्यक्रमाचे आयोजन केलेले असे. माझ्या तेथील वास्तव्यात मला त्यापैकी दक्षिण आफ्रिकी खाद्यपदार्थांचे प्रात्यक्षिक, जोहान्सबर्गवरील फिल्म आणि इथिओपियन कॉफी समारंभ असे तीन कार्यक्रम बघायला मिळाले.

त्या निमित्ताने मला इथिओपियाला न जाता तेथील कॉफीची व कॉफी समारंभाची ओळख झाली. हा समारंभ हॉटेलच्या मागच्या बाजूला असलेल्या हिरवळीवर साजरा करण्यात आला. आम्हा सर्वांना तो कार्यक्रम नीट बघता यावा यासाठी गोलाकार आसनव्यवस्था केली होती. मध्यभागी यजमानीणबाईंना बसण्यासाठी लाकडी चौरंग होता. चौरंगासमोर दोन मापट्यासारख्या दिसणाऱ्या कोळशाच्या शेगड्या, लाकडी खलबत्ता, वेताच्या बशा, सुरईसारख्या दिसणारी किटली अशा वस्तू होत्या. शेजारी ट्रेमध्ये लहान लहान पोर्सलिनचे कप होते.

थोड्या वेळाने इथिओपियाचा पारंपरिक पोषाख म्हणजे रंगीत धाग्यांनी विणलेली किनार असलेला पांढरा कफ्तान घातलेल्या तीन मुली आपल्या हातात खूप काही सामान घेऊन आल्या. त्यांनी बाजूला ठेवलेल्या सर्व वस्तूंची एक एक करून माहिती द्यायला सुरुवात केली.

ट्रे मध्ये ठेवलेल्या बिन कानाच्या लहान कॉफी कपांना 'फिंजाल' म्हणतात. व किटलीला 'जबेना' म्हणतात. या किटलीला वेताच्या काड्यांचे झाकण असते.

कॉफी उकळताना त्यातून वाफ बाहेर जायला मदत होते व त्यामुळे कॉफी उतू जात नाही. किटलीच्या चोचीला घोड्याच्या केसापासून तयार केलेली बारीक जाळी लावलेली असते व त्यातून कॉफी गाळली जाते.

काही तास चालणाऱ्या या कॉफी समारंभाची पूर्वतयारी बरीच असते. यजमानीणबाई माहिती सांगत असताना त्यांच्या बरोबरच्या दोघी मुलींनी जमिनीवर सुवासिक गवताच्या काड्या पसरल्या व त्यावर ताजी सुगंधी फुले पसरली. बाजूला ऊद, धूप अशासारखे काहीतरी जाळले गेले. त्या सगळ्या सुगंधाने वातावरण प्रसन्न होऊन गेले. नंतर त्यांनी कोळशाची शेगडी पेटवून त्यावर तवा तापत ठेवला व कॉफीच्या बिया ठेवलेले दोन तीन वाडगे यजमानीणबाईंसमोर ठेवले. त्यांनी त्या बियांचा वास घेतला व त्यांना योग्य वाटलेल्या उत्तम वासाच्या बियांचा वाडगा हातात घेतला.

तिघीजणींनी परत एकदा सर्वांना अभिवादन केले व समारंभाची सुरुवात झाली असे सांगून मूठभर कॉफीच्या बिया गरम तव्यावर टाकल्या. मंद आचेवर लाकडाच्या चमच्याने हलवून हलवून भाजल्या. मधून मधून कॉफीच्या बियांची सुटणारी साले त्या फुंकून टाकत होत्या.

कॉफीच्या बिया कोळशाच्या शेगडीवर भाजण्याची ही पद्धत खूप जुनी असून अशा बियांना एकप्रकारचा वेगळाच स्वाद मिळतो. या बिया व्यवस्थित भाजल्या गेल्या की त्यांना काळपट रंग व ओशटपणा येतो. त्यावेळी जो वास सुटतो तो कॉफीचा अरोमा. भाजलेल्या बिया घरातील वयस्कर मंडळींना दाखवल्या जातात. त्या नीट भाजल्या आहेत की नाही, याबद्दल व त्यांच्या स्वादाबद्दल आपले मत प्रदर्शित करतात. बिया जर नीट भाजल्या गेल्या असल्या तर त्या गार करून लाकडी खलबत्त्यात कुटून त्याची पूड करण्यात येते.

त्यानंतर सुरू झाला कॉफी करण्याचा मुख्य कार्यक्रम. यजमानीणबाईंनी जबेनामध्ये पाणी व कुटलेली कॉफी घालून शेगडीवर उकळायला ठेवली. कुटलेली कॉफी व पाणी यांचे योग्य प्रमाण घेण्यात कॉफी करणाऱ्याचे कौशल्य असते. कॉफी चांगली उकळल्यावर ती दुसऱ्या भांड्यात गाळली. जरा गार झाल्यावर परत जबेनामध्ये घालून उकळली. हा प्रकार तीन ते चार वेळा केल्यावर ती पिण्यायोग्य झाली असे समजले जाते. ही कॉफी दूध न घालता काळीच प्यायली जाते; पण त्यात साखर मात्र भरपूर असते.

इथिओपियन रीतिरिवाजानुसार कॉफी तयार झाली आहे हे सांगण्याचा मान कुटुंबातील सर्वांत लहान मुलीचा असतो. कॉफीचा पहिला कप तिच्या हस्ते आलेल्या पाहुण्यांपैकी सर्वांत वयस्क व्यक्तीला देण्यात येतो. त्यांच्याकडून 'कॉफी चांगली झाली आहे' अशी पावती मिळाल्यावर यजमानीणबाई इतरांच्या कपात बाकीची कॉफी घालतात. तयार कॉफीची धार फूटभर उंचीवरून त्या टिचभर कपात ओतण्यासाठी खूप सराव लागत असणार. यजमानीणबाई ते काम अगदी सराइतासारख्या करत होत्या. जुन्या पद्धतीनुसार या काळ्या कॉफीबरोबर भाजलेले शेंगदाणे, मक्याच्या लाह्या व बिस्किटासारखा एखादा गोड पदार्थ खाल्ला जातो.

अशा समारंभात प्रत्येकाने कमीत कमी तीन कप तरी कॉफी प्यावी अशी अपेक्षा असते. त्या आधी समारंभातून उठून जाणे चांगले समजले जात नाही. या तीन कप कॉफीच्या प्रत्येक फेरीला वेगवेगळे नाव असते, त्यापैकी पहिली फेरी 'अबोल' दुसरी फेरी 'तोना' आणि तिसरी फेरी म्हणजे 'बाराका.'

शेकडो वर्ष जुनी संस्कृती असलेल्या इथिओपियामध्ये अशा तऱ्हेने कॉफीच्या बिया भाजण्यापासून ते दळण्यापर्यंत आणि नंतर त्यापासून कॉफी तयार करण्यापर्यंत सर्व गोष्टी आलेल्या पाहुण्यांसमोर केल्या जातात. तयार कॉफी पिण्यापर्यंतच्या सर्व पद्धतीमागे काही रुढी व परंपरा आहेत. आजही इथिओपियामध्ये अशा अनेक जुन्या रुढी व रीतिरिवाज पाळले जातात. कॉफी समारंभ हा त्यापैकीच एक आहे.

# आयर्लंड व आयरिश कॉफी

एकेकाळी आयर्लंड हा इंग्लंडचा एक भाग होता. १९२२ मध्ये हा देश स्वतंत्र झाला; पण त्याची उत्तर व दक्षिण अशा दोन भागांत विभागणी झाली. त्यापैकी दक्षिण आयर्लंड 'रिपब्लिक ऑफ आयर्लंड' म्हणून ओळखला जाऊ लागला तर उत्तर आयर्लंड पूर्वीप्रमाणे इंग्लंडचाच एक भाग राहिला. अटलांटिक समुद्रातील हा लहानसा देश नॉर्थ कॅनॉल आणि आयरिश समुद्राने इंग्लंडपासून विभागला गेला.

अप्रतिम निसर्गसौंदर्य लाभलेल्या आयर्लंडचे खरे रूप म्हणजे लहान लहान टेकड्या, त्यांच्या पायथ्याशी असलेली हिरवीगार कुरणे, त्यात चरणाऱ्या गायी, घोडे आणि मोठमोठ्या शेतजमिनी असे आहे. 'आयरिश कॉफी' आणि 'काळी बियर' ही या देशाची खासियत आहे. दरवर्षी २५ जानेवारी रोजी आयर्लंडमध्ये 'राष्ट्रीय आयरिश कॉफी डे' साजरा केला जातो.

आयरिश कॉफीबद्दल तिथे एक कहाणी सांगण्यात येते. त्यानुसार पूर्वी आयर्लंडमधील फॉयनेस या एअरबेसवरून ट्रान्स अटलांटिक महासागराच्या पलीकडे जाणारी उड्डाणे होत असत. त्यामुळे अनेक सेलिब्रिटीज आणि प्रमुख व्यक्ती त्या बेसचा उपयोग इंधन भरण्यासाठी आणि लांबच्या पल्ल्याचा प्रवास असल्यामुळे मध्ये ब्रेक घेण्यासाठी करत असत. अशा लोकांना राहण्यासाठी या एअरबेसवर रेस्टॉरंट, बार व निवासाची सोय करण्यात आली होती.

एके दिवशी कडाक्याची थंडी पडली होती, तेव्हा तेथील 'ज्यो' नावाच्या शेफने तिथे आलेल्या प्रवाशांना थंडीपासून बचाव होण्यासाठी म्हणून कॉफी करून दिली. प्रथम त्याने साखर घालून कडक काळी कॉफी केली व त्यात व्हिस्की घातली. चव बघितल्यावर ज्योच्या असे लक्षात आले की तयार कॉफी खूप स्ट्राँग व कडवट चवीची झाली आहे. तो कडवटपणा कमी करण्यासाठी ज्योने त्यात वरून व्हिप्ड

क्रीम घातले. प्रवाशांनी बोचच्या थंडीत त्या वेगळ्या चवीच्या कॉफीचा आस्वाद घेतला व त्यांना ती खूप आवडली.

त्यांनी ज्योला विचारले, ''ती ब्राझिलियन कॉफी आहे का?''

त्यावर कट्टर आयरिश ज्यो रागावला. त्याने प्रवाशांना जरा जोरातच सांगितले, ''ही अजिबात ब्राझिलियन कॉफी नाही. 'आयरिश कॉफी' आहे.''

अशा तऱ्हेने काळी कॉफी, साखर, आयरिश व्हिस्की आणि व्हिप्ड क्रीम असे चार पदार्थ वापरून केलेली आयरिश कॉफी जन्माला आली. तेव्हापासून ही आयरिश कॉफी इतकी लोकप्रिय झाली की ती फॉयनेस बेस कँपवरील प्रमुख पेय बनली. थंडीच्या दिवसात शरीराला उबदार ठेवण्यासाठी आयरिश कॉफी एक उत्तम पर्याय बनली.

आम्ही आयर्लंडला गेलो असता ब्रिटिश शिष्टासारानुसार संध्याकाळी सात वाजता जेवण आटोपून आम्ही हॉटेलवर परत येत असू. इतक्या लवकर झोपायची सवय नसल्यामुळे आम्ही हॉटेलच्या लॉबीत असलेल्या कॅफेमध्ये गप्पा मारत बसायचो. पहिल्या दिवशी आमच्यापैकी काही जणांनी नुसती कॉफी घेतली तर काही जणांनी ड्रिंक घेतले. आयर्लंडला गेल्यावर तिथली फेमस 'आयरिश कॉफी' प्यायलाच पाहिजे, या माझ्या शिरस्त्यानुसार मी मात्र आयरिश कॉफी ऑर्डर केली.

थोड्या वेळाने कॅफेमधील वेट्रेस आयरिश कॉफीचा ट्रे घेऊन आली. ती कॉफी एका उंच दांड्याच्या ग्लासमध्ये असून त्या बरोबर ट्रेमध्ये एक स्ट्रॉ, एल लांब दांड्याचा चमचा व एक कुकी ठेवली होती. ग्लासमधील काळ्या कॉफीवर व्हिप्ड क्रीमचा चांगला दीड दोन इंच उंचीचा थर होता.

त्या वेट्रेसने कॉफी ठेवता ठेवता मला विचारले, ''तुला आयरिश कॉफी कशी प्यायची माहिती आहे का?'' मी नाही म्हणल्यावर तिने मला सांगितले ''ट्रेमधल्या चमच्याने ती कॉफी ढवळून एकत्र करू नको. स्ट्रॉ त्या व्हिप्ड क्रीममधून ग्लासच्या तळापर्यंत जाऊ दे. मग ती स्ट्रॉ खाली वर करत कॉफीचा एक एक लहानसा घोट पी. राहिलेली कॉफी व क्रीम चमच्याने एकत्र करून शेवटचा घोट घे.''

वेट्रेसने सांगितलेल्या पद्धतीने मी ग्लासामधील कॉफी प्यायले व मला ती खूप आवडली. क्रीमवर भुरभुरलेल्या जायफळाच्या स्वादामुळे व कॉफीतील व्हिस्कीमुळे रात्री मस्त झोप लागली, हे वेगळे सांगायला नको!

दुसऱ्या दिवशी हॉटेलवर परत आल्यावर मी आयरिश कॉफी ऑर्डर करायला गेले व वेट्रेसला म्हणाले ''मला ही कॉफी खूपच आवडली. कशी करायची ते शिकवशील का?'' ते ऐकून ती खूष झाली व म्हणाली ''इथेच थांब. मी तुला आत्ताच आयरिश कॉफी करायला शिकवते.''

मी काउंटरसमोर उभी राहून ती कॉफी करत असताना बघत होते. तिने सर्वप्रथम काळ्या कॉफीत साखर घालून ती गरम केली व ग्लासमध्ये ओतली. त्यात व्हिस्की घालून ढवळले व वरून व्हिप्ड क्रीम घातले. क्रीमवर थोडी जायफळ पूड भुरभुरली. बघताना आयरिश कॉफी करणे खूपच सोपे वाटले; पण ती वेट्रेस म्हणाली, ''रोज कॉफी करून, आमचा आता हात बसला आहे; पण उत्तम कॉफी जमण्यासाठी सर्व पदार्थ योग्य मापात घेणे अतिशय गरजेचे असते. मग मी तिला विचारून त्या सर्व पदार्थांचे माप जाणून घेतले.

आयरिश कॉफी

साहित्य	कृती
१२० मिली म्हणजे २ पेग गरम काळी कॉफी, १ मोठा चमचा ब्राउन शुगर, ६० मिली म्हणजे १ पेग आयरिश व्हिस्की, २ मोठे चमचे व्हिप्ड क्रीम	काळी कॉफी व साखर एकत्र करून गरम करावी व ती एका उंच ग्लासात ओतावी. त्यात व्हिस्की घालून ढवळावे व वर व्हिप्ड क्रीम घालावे. आवडीप्रमाणे क्रीमवर जायफळ पूड किंवा कॉफी पावडर घालावी. कॉफीबरोबर स्ट्रॉ व लांब दांड्याचा चमचा द्यावा.

थोडक्यात, आयरिश शिस्तीनुसार पेग मेजर व मोठा चमचा घेऊन मापात आयरिश कॉफी केली तर ती नक्कीच चांगली जमेल, यात काही शंका नाही.

जर्मन कॉफीची कहाणी

काही दिवसांपूर्वी आमच्याकडे कॅथरिन नावाची एक जर्मन पाहुणी आली होती. ती खूप गप्पिष्ट होती. वेगवेगळ्या विषयांवर ती भरभरून बोलायची. तिला जर्मनीबद्दल बोलायला अगदी मनापासून आवडायचे. तिला माझ्या कॉफीच्या आवडीविषयी कळल्यावर ती म्हणाली, ''बहुतेक लोकांना जर्मनी म्हणजे बियर एवढेच माहीत असते; पण आमची कॉफी देखील बियर इतकीच खास आहे. आमच्याकडे कॉफीचा इतिहास आहे व तो इतर देशातील लोकांना फारसा परिचित नाही. एक दिवस मी मुद्दाम तुझ्याशी जर्मन कॉफीवर गप्पा मारायला येईन व तुला खास जर्मन कॉफी करायला शिकवीन.''

कॅथरिन यायच्या आधी मी गूगलवरून जर्मनीतील कॉफी विषयी माहिती काढली; पण गूगलपेक्षा एखाद्या व्यक्तीकडून ती माहिती ऐकण्याची मजा काही वेगळीच असते. ठरल्याप्रमाणे एके दिवशी कॅथरिन स्वत:बरोबर जर्मन कॉफी पावडर घेऊन आमच्या घरी आली. त्यावेळी तिच्याकडून जर्मन कॉफी तयार करायला तर शिकता आलीच पण त्याविषयी खूपच वेगवेगळ्या गोष्टीही ऐकायला मिळाल्या. त्यातल्या बऱ्याच गोष्टी कॅथरिनला तिच्या आई व आजीकडून समजल्या होत्या. जर्मन कॉफीविषयीच्या त्या सगळ्या गोष्टी आता तिच्याच तोंडून ऐकूया...

कॅथरिन म्हणाली, ''आम्हा जर्मन लोकांना काळी कॉफी फारशी आवडत नाही. आम्ही त्यात साखर व दूध किंवा क्रीम घालून पिणे पसंत करतो. सध्या कॉफी हे पेय 'कॉफी आणि केक' (kaffee and kuchen) म्हणून लोकप्रिय झाले आहे. बहुतेक करून जर्मन लोक दुपारची उन्हे ओसरल्यावर, सुट्टीच्या दिवशी व रविवारी कॅफेमध्ये जाऊन कॉफी व केकचा आस्वाद घेताना दिसतात.

हॅंबर्ग गावात १६७९ मध्ये जर्मनीतले पहिले कॉफी हाऊस उघडले. ते कॉफी हाऊस आपल्या मित्रमंडळींबरोबर गप्पाटप्पा करत आनंदात वेळ घालवण्याचे ठिकाण बनले. त्यावरून 'kaffeeklatsch' या शब्दाचा उगम झाला. कॉफीवरून रुढ झालेल्या या शब्दाचा अर्थ बघितला तर कॉफी आणि गॉसिप म्हणजे अफवा पसरवणाऱ्या गप्पाटप्पा असा होतो. आजही हा शब्द वापरला जातो.''

अल्पावधीतच हे कॉफी हाऊस कल्चर जर्मनीत खूप लोकप्रिय झाले. लोकांना कॉफी इतकी आवडू लागली की त्यामुळे त्यांचे बियर पिणे खूपच कमी झाले. कॉफीच्या लोकप्रियतेमुळे बियरच्या विक्रीत लक्षणीय घट झाली व बियर इंडस्ट्री / ब्रुअरीज धोक्यात येणार की काय असे वाटू लागले. या प्रकारामुळे प्रुशियाचा राजा फ्रेडरिक दुसरा हा फार नाराज झाला. त्याने यावर तोडगा म्हणून कॉफी जवळ बाळगणे व कॉफी पिणे हे बेकायदेशीर आहे, असे जाहीर केले. जर्मनीमध्ये कॉफीच्या बाबतीत केलेला तो कायदा त्यानंतर कित्येक वर्ष म्हणजे फ्रेडरिकचे निधन होईपर्यंत जारी होता.

एखाद्या गोष्टीवर बंधन घातले की ती गोष्ट हटकून करावीशी वाटते, हा मनुष्य स्वभाव आहे. राजा फ्रेडरिकने काढलेल्या कायद्यामुळे जर्मनीत कॉफी कुठेच मिळेनाशी झाली. त्याला पर्याय म्हणून लोक चिकोरी आणि वेगवेगळ्या धान्यापासून कॉफीसारखे पेय बनवू लागले; पण त्याला कॉफीची सर नव्हती. फ्रेडरिकच्या कारकिर्दीनंतर दुसऱ्या महायुद्धाच्या वेळी जर्मनीतील कॉफीला परत एकदा फटका बसला. त्या सुमारास जर्मनीत खाद्यपदार्थांचा तुटवडा होता त्यामुळे कॉफीला पर्याय म्हणून लोक ओकच्या झाडांच्या फळांपासून कॉफी बनवू लागले.

लोकांच्या असे लक्षात आले की जंगलातील डुकरे व खारोट्या ऑकॉर्न म्हणजे ओकची फळे अगदी आवडीने खात आहेत. गावाबाहेरच्या जंगलात ओकच्या झाडांची कमतरता नव्हती त्यामुळे ऑकॉर्न भरपूर प्रमाणात उपलब्ध होती. लोक ओकच्या झाडाच्या या फळांपासून कॉफीसारखे पेय बनवू लागले व त्या पासून तयार केलेले कॅफिन विरहित गरमागरम पेय 'ऑकॉर्न कॉफी' म्हणून लोकप्रिय झाले.

ऑकॉर्नची फळे काढून ती सुकवली जातात. नंतर ती कॉफीच्या बियांप्रमाणेच भाजली जातात व भाजलेल्या ऑकॉर्नची बारीक पूड केली जाते. ही ऑकॉर्नची फळे दोन प्रकारच्या ओकच्या झाडापासून मिळतात. त्यातले एक म्हणजे स्टॉन ओक व दुसरे म्हणजे कॉर्क ओक. स्टोन ओकच्या फळांपासून तयार केलेल्या कॉफीला किंचितसा नैसर्गिक गोडवा असतो तर कॉर्क ओकच्या फळांपासून तयार केलेल्या कॉफीला किंचित कडवटपणा असतो. जो कॉफीच्या चवीच्या जवळपास नेतो. या फळांच्या सालीमध्ये टॅनिन असल्यामुळे त्याचा कडवटपणा कॉफीत उतरतो..

ॲकॉर्नची पावडर गरम पाण्यात मिसळून इन्स्टंट कॉफीप्रमाणे कॉफी केली जाते. साधारणपणे १ लिटर उकळत्या पाण्यात चार ते पाच टेबलस्पून ॲकॉर्न पावडर घातली असता चांगल्या चवीची कॉफी बनते. ती काळी कॉफीच प्यायली जाते किंवा क्वचित त्यात दूध वा साखर घालून प्यायली जाते. अशी कॉफी बहुसंख्य लोकांच्या पसंतीस उतरली.

ॲकॉर्नच्या कॉफीप्रमाणेच कॉफी फिल्टरबद्दल देखील एक खास गोष्ट कॅथरिनने सांगितली. ती ऐकून आश्चर्य वाटेल पण कॉफी फिल्टरचा शोध लावण्याचे श्रेय मेलिटा बेन्झ या जर्मन बाईंना जाते. तिला कॉफी मनापासून आवडायची आणि ती कॉफी पिण्याचा आनंद लुटायची पण जसजशी कॉफी संपत जायची तसा खाली राहिलेला कॉफीचा गाळ तोंडात यायचा आणि ती वैतागायची. कॉफीची चव न बिघडवता तो गाळ कसा घालवायचा त्यावर तिने बरेच वेगवेगळे प्रयोग करून बघितले व शेवटी १९०८ मध्ये तिच्या प्रयत्नांना यश मिळून तिने कॉफी मशीनसाठी पहिले वहिले फिल्टर तयार केले. व त्या कॉफी फिल्टरचे पेटंट घेतले.

आता जर्मनीतील कॉफी संस्कृती पूर्ण जोमाने परत सुरू झाली आहे जर्मन लोकांचे कॉफीप्रेम बघता त्यांनी आपल्या स्वतःच्या आवडीप्रमाणे कॉफी करण्यास सुरुवात केली. आमच्या जर्मन मैत्रिणीने कॉफी शिकवताना त्या मागची गोष्ट आणि त्यांचा उगम कसा झाला, हे देखील सांगितले.

जर्मन कॉफी विथ रम

जर्मनीतील प्रुशिया भागात रम घातलेल्या कॉफीचा (Pharisäer) उगम झाला. या कॉफीबद्दल असे सांगण्यात येते की त्या गावात चर्चमध्ये होणाऱ्या कार्यक्रमात अल्कोहोल पिण्यास मनाई होती; पण लोकांना तर लग्नसमारंभ, बारसे अशा चर्चमध्ये होणाऱ्या समारंभात अल्कोहोल हवे असायचे. मग ते उंच ग्लासात काळी कॉफी करायचे व त्यात गुपचुप रम घालायचे. त्या रमचा वास येऊ नये म्हणून वरून भरपूर ताजे क्रीम घालायचे. अशी ही चविष्ट रम घातलेली कॉफी फक्त एकवीस वर्षांवरील लोकांनाच प्यायला परवानगी असे.

साहित्य

१/२ थिक क्रीम, २ कप उकळती कडक काळी कॉफी, २ लहान चमचे साखर, १/४ कप डार्क रम, चिमूटभर कोको पावडर

कृती

एका उंच ग्लासमध्ये स्टाँग काळी कॉफी घालावी. त्यात रम व साखर घालून ती कॉफी चांगली ढवळावी. काळी कॉफी झाकली जाईल अशा बेताने त्यावर क्रीम घालून वरून कोको पावडर भुरभुरावी.

जर्मन आईस्काफे (Eiskaffee)

साहित्य

२ कप थंड केलेली कडक काळी कॉफी, १/२ कप गार दूध, १ मोठा चमचा पिठीसाखर, २ ते ३ स्कूप व्हॅनिला आईस्क्रीम, २ मोठे चमचे व्हिप्ड क्रीम, किसलेले चॉकलेट आवडीप्रमाणे.

कृती

दोन काचेच्या ग्लासमध्ये व्हॅनिला आईस्क्रीम घालावे. कॉफी, दूध व साखर एकत्र करावी. थंडगार कॉफीचे तयार मिश्रण आईस्क्रीमवर ओतावे. वरून व्हिप्ड क्रीम घाला व त्यावर किसलेले चॉकलेट घालावे.

कॉफी हाऊस आणि रेनडियर्स

कोपनहेगनला गेलो असता एका कॉफी हाऊसवरील रेनडियरच्या चित्राने माझे लक्ष वेधून घेतले. ते बघून फिनलंडमध्ये पाहिलेले रेनडियर्स आणि तिथे प्यायलेली फीनिश कॉफी आठवली. त्या कॉफी हाऊसमध्ये नक्कीच उत्तम चवीची स्कॅन्डीनेव्हियन कॉफी मिळणार म्हणून मी अगदी उत्साहाने आत शिरले; पण आत गेल्यावर कळले की, ते कॉफी हाऊस एका अमेरिकन जोडप्याचे होते. कॅफे कोणाचे का असेना, मला मात्र तिथे मस्त कॉफी मिळाली आणि ते अगदी वेगळ्या प्रकारचे कॅफे तर खूपच आवडले.

त्या कॉफी हाऊसच्या एका भिंतीवरील स्क्रीनवर रेनडियर्सविषयी एक फिल्म चालू होती. उत्कृष्ट चवीच्या कॉफीचा आस्वाद घेत घेत ती फिल्म बघायला फार मजा आली. कॉफी पिताना रेनडियर्सचा आणि कॉफीचा काय संबंध असेल, असा प्रश्न माझ्या मनात आला. माझ्या आधी बऱ्याच जणांना ही शंका आली असणार. कारण कॅफेच्या मॅनेजरकडे त्याचे उत्तर तयार होते. त्याने सांगितले,

'एक अमेरिकन जोडपे नवीन स्वादाची कॉफी बाजारात आणायच्या प्रयत्नात होते व त्यासाठी ती दोघे अलास्काला गेली होती. तिथले निसर्गसौंदर्य बघत असताना त्यांना एक रेनडियर्सचा कळप मोठ्या डौलदारपणे चालताना दिसला. त्यांच्या तोंडून उत्स्फूर्तपणे 'आहा' असे उद्गार निघाले. क्षणाचाही विचार न करता त्यांनी आपल्या कॉफीला रेनडियरचे नाव द्यायचे ठरवून टाकले. त्यांच्या कॅफेमधील कॉफी पिऊन लोकांच्या तोंडून सुद्धा 'आहा' असे उद्गार निघाले पाहिजेत, ही त्यामागची भावना होती.' यातले खरे-खोटे माहीत नाही; पण ते ऐकायला खूप मजा आली.

या कहाणीबरोबरच मॅनेजरने मला रेनडियर्सची सचित्र माहिती असलेली दोन पुस्तके बघायला

दिली. त्या पुस्तकांवरून रेनडियर या प्राण्याविषयी खूप माहिती व खूप नवीन गोष्टी कळल्या. हरणांच्या सात ते आठ उपजाती असून प्रत्येक उपजातीतील प्राण्यांचा रंग, आकार, बांधा व त्यांची शिंगे निरनिराळी असतात. रेनडियर हा त्यांपैकी एका जातीत मोडणारा प्राणी असला तरी तो हरणांपेक्षा बऱ्याच बाबतीत वेगळा आहे. मुख्य फरक म्हणजे तो हरणांसारखा लाजरा बुजरा, दिसायला गोंडस व चपळ नाही. तो जरासा गबदूल व दिसायला ओबडधोबडच आहे; पण त्याचे खरे सौंदर्य त्यांच्या दिमाखदारपणामध्ये आणि सुंदर शिंगांमध्ये आहे. खरे तर रेनडियर हा पूर्णपणे माणसाळलेला किंवा माणसांच्यात मिळून मिसळून आनंदाने राहणारा प्राणी नाही. टुंड्रा प्रदेशातील जवळपास प्रत्येक कुटुंबाकडे दहा-बारा तरी रेनडियर्स असतात.

कॉफी हाऊसमधील फिल्मवर रेनडियर फार्म दाखवत होते. ते बघून मी मनाने फिनलंडमध्ये बघितलेल्या रेनडियर फार्मवर जाऊन पोहोचले. फिनलंडमध्ये अशा फार्मसवर मुख्यतः रेनडियर ब्रीडिंग करतात. रेनडिरयच्या माद्या दरवर्षी एका पिल्लाला जन्म देतात. फार्मवर असलेली काही दिवसांची लहान लहान पिल्ले फारच गोंडस दिसतात. प्रत्येकाच्या गळ्यात वेगवेगळ्या रंगाचे दोरे बांधले जातात व त्या दोऱ्यांच्या रंगावरून त्या त्या पिल्लाचे वय आणि ओळख समजते.

ते कॉफी हाऊस व कॉफी मला इतके आवडली की तिथली पुस्तके आणि फिल्म बघण्यासाठी माझ्या त्या ठिकाणी दोन तीन चकरा झाल्या. पुस्तके वाचताना बर्फावरची गाडी ओढतानाचे रेनडियर्स, रेनडियर फार्मवर बागडणारी पाडसे आणि तिथल्या मजा आठवल्या. त्या सुंदर आठवणीत रंगून गेल्यामुळे पुढच्या कॉफीचे घुटके घेताना नकळत माझ्या ओठातून उद्गार आले, 'आहा!'

नाईस अँड टेस्टी व्हिएतनामी कॉफी

व्हिएतनाम हा देश कॉफीसाठी प्रसिद्ध आहे. फ्रेंच वसाहतवाल्यांनी व्हिएतनामी लोकांना कॉफीची ओळख करून दिली. कॉफी हे पेय स्थानिक लोकांना खूप आवडल्यामुळे त्यांनी आपल्या देशात फ्रेंच लोकांच्या मदतीने कॉफीची भरपूर प्रमाणावर लागवड केली. आज व्हिएतनाम हा कॉफीच्या निर्यातीमधला एक अग्रगण्य देश समजला जातो.

कोणत्याही देशात गेले की तेथील खास कॉफी पिऊन बघायची हा माझा शिरस्ता. त्याप्रमाणे हानोईला असताना आम्ही सगळे एका सुंदर तळ्याकाठच्या कॅफेमध्ये गेलो. तळ्याकाठी गार वारे सुटले होते, शॉपिंग करत भरपूर भटकल्यामुळे पायही दमले होते त्यामुळे गरम कॉफी प्यायची तलफ आली होती. आजूबाजूचे मस्त वातावरण अनुभवत गरम कॉफीचा आस्वाद घ्यावा, म्हणून मी व्हिएतनामी कॉफी ऑर्डर केली. व्हिएतनाममध्ये ताज्या दुधाचे दुर्भिक्ष असल्यामुळे फ्रेंच वसाहतवाल्यांनी त्यांच्या काळ्या कडक कॉफीत कंडेन्स्ड मिल्क घालायला सुरुवात केली व स्थानिक लोकांनी त्यांचे अनुकरण केले.

थोड्या वेळाने एक वेटर माझ्या कॉफीचा ट्रे घेऊन आला. त्या ट्रेमध्ये एक कपबशी. शेजारी एक लहानसा कॉफी फिल्टर, वाटीत कंडेन्स्ड मिल्क व बर्फाचा चुरा घातलेला ग्लास होता. कॉफी फिल्टरमध्ये कॉफी पावडर घातली होती. पाठोपाठ एक मुलगी गरम पाण्याची किटली घेऊन आली. तिने तो कॉफी फिल्टर कपावर ठेवला आणि त्यात किटलीतले गरम पाणी घालून मला हाताची पाच बोटे दाखवून पाच मिनिटे असे सांगून गेली. त्या पाच मिनिटात फिल्टरमधून कॉफीचे डिकॉक्शन कपात पडणार होते. कॉफीचा असा सगळा सरंजाम मी कधी बघितला नव्हता त्यामुळे मी चांगलीच चक्रावून गेले.

व्हिएतनामी कॉफीचे वैशिष्ट्य म्हणजे डिकॉक्शन करण्यासाठी ग्लास अथवा कपावर बसेल एवढ्या लहान आकाराचे फिल्टर असते. त्या फिल्टरमध्ये तयार

झालेले कॉफीचे डिकॉक्शन थेट त्या ग्लासात वा कपात पडते. त्या डिकॉक्शनमध्ये आपल्या आवडीनुसार कंडेन्स्ड मिल्क व बर्फाचा चुरा घालायचा आणि चमच्याने ढवळत ढवळत आरामात त्या थंड कॉफीचा आस्वाद घ्यायचा. व्हिएतनाममध्ये अशा प्रकारे आईस्ड कॉफी तयार करणे आणि ती पिणे हा एक आरामशीरपणे वेळ घालवण्याचा प्रकार आहे.

त्या गारव्यात मला गरमागरम कॉफी मिळणारच नव्हती कारण डिकॉशन जरी गरम असले तरी त्यात घालायचे कंडेन्स्ड मिल्क थंड गारच होते. वर त्यात बर्फाचा चुरा घालायचा. माझी व्हिएतनामी कॉफीने अगदी निराशा केली. मी वेटरला बोलावून ती कॉफी गरम करून देतोस का, असे विचारले. ते ऐकून तो वेटर व बाजूच्या मुली माझ्याकडे बघून हसायला लागल्या. त्यातली एकजण मोडक्या तोडक्या इंग्रजीमध्ये मला म्हणाली, ''एंजॉय व्हिएतनामी कॉफी, व्हेरी नाईस अँड टेस्टी.''

त्या मुलींच्या इच्छेला मान देऊन मी ती कॉफी बळेबळे संपवली. ना गरम, ना गार. कोमट म्हणावी तर कोमट पण नाही अशी ती कॉफी होती. चेहऱ्यावर खोटे हसू आणत त्या मुलींना हाताच्या बोटांनी खूण करून सांगितले, ''कॉफी वॉज रिअली नाईस आणि टेस्टी.''

व्हिएतनाममध्ये सकाळी कामाला जायच्या धावपळीत गरम कॉफी प्यायली जाते व नंतर दिवस जसा वर वर जाईल व उन्हाची तीव्रता जाणवायला लागेल तशी ती कॉफी कोमट, गार वा थंड अशा कोणत्याही तपमानाची असते.

अशी आहे नाईस आणि टेस्टी व्हिएतनामी कॉफीची मजा!

एलवासचा कॉफी उत्सव

पोर्तुगालमधील 'एलवास' या गावी गेले असता सकाळी हॉटेलच्या खोलीत कॉफीबरोबर पूर्तुगीज वर्तमानपत्र देखील आले. भाषा कळणार नव्हती तरीही नेहमीच्या सवयीने मी ते चाळायला सुरुवात केले. एका पानावरील 'Café Museo' असे लिहिलेल्या जाहिरातीने माझे लक्ष वेधून घेतले. ती जाहिरात कॉफीसंबंधी असणार हे नक्की त्यामुळे त्याची रिसेपशनवर जाऊन चौकशी केली, त्यात असे म्हटले होते की दुसऱ्या दिवशी एलवासमध्ये कॉफी उत्सव साजरा केला जाणार होता व त्या उत्सवाचा एक भाग म्हणून डेल्टा नावाच्या कॉफी कंपनीने कॉफी म्युझियमची सफर आयोजित केली होती. मला कॉफी उत्सव या प्रकाराबद्दल खूप उत्सुकता वाटली व मी त्या सहलीमध्ये सहभागी व्हायचे ठरवले.

आमच्या हॉटेलपासून दहा मिनिटांच्या अंतरावर डेल्टा कॅफे होते व तेथून दुपारी ३ वाजता ही सहल निघणार होती. डेल्टा हा पोर्तुगालमधला प्रचंड खप असलेला कॉफीचा ब्रँड आहे. डेल्टा कॉफीचा कारखाना एलवासजवळ असून तिथे त्यांनी एक कायमस्वरूपी कॉफी म्युझियम उभारले आहे. कॅफेमध्ये जमलेल्या आम्हा सोळा लोकांनी तिथे वाफाळत्या कॉफीचा आस्वाद घेतला व सहलीसाठी सज्ज झालेल्या बसमध्ये जाऊन बसलो. गाईडने आम्हा सर्वांची ओळख करून घेतली व कॉफी उत्सवाची माहिती सांगितली. सुमारे पाऊण तासाने आम्ही डेल्टा कंपनीच्या आवारात प्रवेश केला. आत शिरताच कॉफीचा मंद असा वास सुखावून गेला.

कॉफी सफरीतील पहिला टप्पा होता डेल्टा कॉफीचा कारखाना बघणे. तिथे ब्राझील, भारत, केनिया, श्रीलंका अशा अनेक देशांतून कॉफीच्या बिया आयात केल्या जातात. त्यावर योग्य त्या प्रक्रिया व योग्य प्रमाणात मिश्रण करून कॉफी पावडर तयार केली जाते. कॉफीच्या बिया भाजण्यापासून, दळण्यापासून ते त्याचे पॅकिंग होईपर्यंत सर्व कामे स्वयंचलित यंत्राच्या सहाय्याने केली जात होती. तिथे रोज वेगवेगळ्या स्वादाची कित्येक टन कॉफी कशी केली जाते, ते बघायला मिळाले.

कारखाना बघून झाल्यावर परत एकदा कॉफीची फेरी झाली. त्या ताज्या ताज्या कॉफीची चव आणि स्वाद काही वेगळाच होता. कॉफी पिऊन आम्ही म्युझियमकडे वळलो. पहिल्या दालनात कॉफीची झाडे फळे, बिया व त्याच्या लागवडीची माहिती

लिहिलेले फलक होते. पुढच्या दालनात पिण्याच्या कॉफीत कशी कशी सुधारणा होत गेली ते दाखवले होते. अरब लोक झाडाच्या मुळाच्या जाळीतून कॉफी गाळत असत. तेव्हापासून ते आज विजेवर चालणाऱ्या कॉफी फिल्टरचा प्रवास नंतरच्या दालनात बघायला मिळाला. शेवटचे दालन होते कपबशा व किटल्यांचे. तिथे देश विदेशातेल जुने व नवे असे कपांचे व किटल्यांचे असंख्य प्रकार संग्रहित केले होते.

कॉफी उत्सवाच्या निमित्ताने डेल्टा कॉफी कंपनीने आमचे चांगलेच आदरातिथ्य केले. त्यांनी आम्हा सर्वांना भेट वस्तूंची एक टोपली दिली. त्यात चार प्रकारच्या कॉफीचे पुडे, चार कॉफी कपांचा संच व डेल्टा कॉफीचा लोगो असलेला एक चमचा अशा गोष्टी होत्या. सर्वांचे आभार मानून आम्ही बसकडे प्रयाण केले.

पुढचे ठिकाण होते एलवास गावातील एक सिनेमागृह. तिथे आम्हाला देशोदेशीच्या कॉफी संस्कृतीवर एक माहितीपट बघायला मिळाला. तो पोर्तुगीज भाषेतला असला तरी त्याला इंग्रजी सबटायटल्स होती. त्यामुळे तो समजणे सोपे झाले. प्रत्येक देशात कॉफी कशी केली जाते व ती कशी प्यायली जाते तसेच कॉफीबद्दलच्या समजुती व रुढी यांचे अतिशय सुंदर चित्रण त्या माहितीपटात बघायला मिळाले. म्हैसूरमधील कॉफीच्या गाड्या व घराघरातून केल्या जाणाऱ्या फिल्टर कॉफीचा त्यात समावेश होता. स्टेनलेस स्टीलच्या एका भांड्यातून दुसऱ्या भांड्यात गरमागरम कॉफी न सांडता कशी खालीवर ओतली जाते ते बघून सर्वजण चकित झाले.

थिएटरला लागून असलेल्या एका दालनातून बराच आरडाओरडा व टाळ्या ऐकू आल्या म्हणून आम्ही आमचा मोर्चा तिकडे वळवला. तिथे कॉफी या विषयावरच्या प्रश्न उत्तरांचा क्विझ चालू होता. तो पोर्तुगीज भाषेत चालला असल्यामुळे कळण्याचा काही प्रश्नच नव्हता; पण लोकांचा उत्साह व कॉफीप्रेम बघून फार छान वाटले.

त्यानंतर जायचे होते एका ग्रीन हाऊसमध्ये. तिथे कॉफीची खरीखुरी झाडे ठेवली होती. पांढरीशुभ्र फुले लागलेली, हिरव्या व लालचुटुक रंगाच्या कॉफीच्या फळांचे घोस लगडलेली ती झाडे फारच लोभसवाणी दिसत होती. आमच्यापैकी कोणीच खरे कॉफीचे झाड बघितले नव्हते त्यामुळे आमच्या दृष्टीने ते कॉफी उत्सवाचे आकर्षण ठरले. अशा तऱ्हेने कॉफी उत्सवाचा आनंद घेऊन आम्ही डेल्टा कॅफेमध्ये परत आलो. अंधार पडायला लागला होता. डेल्टा कॅफे दिव्यांच्या

रोषणाईने उजळून निघाले होते. तिथे सात वाजता गाण्याचा व नृत्याचा कार्यक्रम होता. आम्ही आधीच आरक्षित केलेल्या टेबलाशी जाऊन बसलो.

गाण्याचा कार्यक्रम सुरू झाला. त्यावेळी कॅफेमध्ये जरा वेगळी म्हणजे अल्कोहोल मिश्रित कॉफी, कॉकटेल्स व त्याबरोबर कबाबसारखे स्नॅक्स दिले जात होते. हळूहळू गाण्याचा जलसा चांगलाच रंगायला लागला. हवेत सुखद गारवा जाणवू लागला होता. कॉफी व कॉकटेल्सचे ग्लासावर ग्लास संपत होते व त्याच्या जोडीने नृत्यही रंगत होते. शेवटी एका स्पॅनिश नृत्याने कार्यक्रमाची सांगता झाली.

हॉटेलवर परत जाताना मी पायी जायचे ठरवले. कॉफी उत्सवासाठी बऱ्याच ठिकाणी दिव्यांची व फुलांची सजावट केलेली दिसली. अनेक कॅफेजमध्ये संध्याकाळचे विशेष कार्यक्रम आयोजित केलेले होते. माणसांनी फुलून गेलेली कॅफेज बघून पोर्तुगीज लोकांची उत्सवप्रियता व कॉफीप्रेम दिसून आले.

पोर्तुगीज लोकांप्रमाणेच कॉफी म्हणजे माझ्याही वीक पॉईंट त्यामुळे मी एलवासच्या कॉफी उत्सवाचा अगदी मनापासून आनंद लुटला. सारा वेळ मी कॉफीमय होऊन गेले. आज त्याबद्दल लिहिताना मनात इतक्या छान छान आठवणी दाटून आल्या. काय लिहू आणि काय नको असे झाले. लिहून झाल्यावर वाटले की असे दिवस परत परत अनुभवता यायला पाहिजेत.

कॉफी उत्सव स्पेशल

साहित्य	**कृती**
दीड कप काळी कॉफी, २ मोठे चमचे साखर, २ मोठे चमचे रम, ३ ते ४ चेरीज, १ मोठा चमचा थिक क्रीम.	सगळ्या चेरीज रममध्ये ५ ते ७ मिनिटे बुडवून ठेवाव्या. एक चेरी वगळून बाकीच्या चेरीज चमच्याने काढून एका उंच ग्लासात घालाव्या. त्यावर साखर आणि कॉफी गरम करून ओतावी. वरून १ चमचा रम घालावी पण ढवळू नये. त्यावर क्रीम घालून क्रीमवर उरलेली रम घालावी. वर एक चेरी ठेवून कॉफी सर्व्ह करावी.

ग्लासमध्ये काळी कॉफी त्यावर तरंगणारा क्रीमचा थर, पांढऱ्याशुभ्र क्रीमवरचे सोनेरी रमचे ओघळ आणि वर खोचलेली लाल चुटुक चेरी. त्या मस्त चवीच्या कॉफीचे रूप अतिशय लोभसवाणे होते.

कॉफीचा पहिला घोट घ्यायचा तो रममिश्रित क्रीमचा. मग तोंडाचा कडवटपणा जाण्यासाठी खालची गोडमिट्ट काळी कॉफी प्यायची व ती संपल्यावर रममध्ये मुरलेल्या चेरीज चघळत बसायच्या.

फीनिश कुटुंबाबरोबर कॉफीपान व गप्पा

हेलसिंकीला गेलो असता हॉटेलच्या रिसेप्शनमध्ये 'फीनिश कुटुंबाबरोबर कॉफीपान व गप्पा' अशा अगदी आगळ्या वेगळ्या सहलीचे लीफलेट दिसले. मी लगेचच तिथे फोन करून त्या सहलीसाठी माझे नाव दिले.

फोनवर ठरल्याप्रमाणे दुपारी ३ वाजता सिनेट स्क्वेअरमध्ये जायचे होते. सिनेट स्क्वेअरमध्ये त्या सहलीत सहभागी होण्यासाठी माझ्यासारखीच आणखी पाचजण आले होते. तिथे आम्हाला आमची होस्टेस भेटली व पायी पायी तिच्या घरी घेऊन गेली. वाटेत तिने आम्हा सर्वांना फिनलंडबद्दल खूप माहिती दिली.

तिने सांगितले, ''जगात सर्वांत जास्त कॉफी आम्ही फिन्स पितो. सतराव्या शतकात स्वीडन व रशियामार्गे कॉफी या देशात येऊन पोहोचली. सुरुवातीला ते एक श्रीमंतांचे पेय म्हणून ओळखले जाई; पण अल्पावधीतच त्याचा देशभर प्रसार होऊन ते सर्व स्तरातील फीनिश लोकांचे आवडते पेय बनले. आता तर आमच्या देशात कॉफी चांगलीच रुजली आहे. असे म्हणतात की, फीनिश माणूस आपल्या दिवसाची सुरुवात आणि शेवट कॉफी पिऊन करतो. देशातील अल्कोहोल पिण्यासंबंधीचे कडक नियम आणि वर्षातले सहा सात महिने पडणारी कडक थंडी यामुळे शरीराला उबदार ठेवण्यासाठी फीनिश लोक खूप कॉफी पिऊ लागले. इतके की आज जगातील कोणत्या देशात जास्त कॉफी प्यायली जाते, असा प्रश्न विचारला तर त्याचे उत्तर फिनलन्डकडे बोट दाखवून दिले जाते. ''

''आज फिनलंडमध्ये कॉफी हा वैयक्तिक व सामाजिक जीवनातला एक महत्त्वाचा भाग बनला आहे. तेथील प्रत्येक समारंभात व सणासुदीला इतर पदार्थांबरोबर कॉफी असतेच. वेगवेगळ्या प्रसंगी देण्यात येणाऱ्या कॉफीला आम्ही त्या त्या प्रसंगानुसार नावे दिली आहेत. जसे निरोपाची कॉफी, अभिनंदनाची कॉफी वा प्रवासातली कॉफी. सरासरी प्रत्येक फॉनिश माणूस दिवसाकाठी तीन ते चार

कप कॉफी पितो. ही कॉफी घरी, कामाच्या ठिकाणी व सुट्टीच्या दिवशी कॅफेमध्ये प्यायली जाते. गंमत म्हणजे आमच्या दिवसाचे भाग 'कॉफी ब्रेक ने' पाडले जातात.

ही सगळी माहिती ऐकता ऐकता आम्ही यजमानीणबाईंच्या घरी पोहोचलो. पुढच्या खोलीमध्ये एक मोठ्या गोल टेबलावर कॉफीचा सरंजाम मांडला होता. टेबलवर लाल चौकड्यांचा लेस लावलेला टेबल क्लॉथ घालून मध्यभागी लहानशी पुष्परचना केली होती. नाजूक भरतकाम केलेल्या टेबलमॅट्सवर नॅपकिन्स व उंची बोनचायनाचे कॉफी कप्स ठेवले होते. आम्ही सगळेजण टेबलाशी बसल्यावर यजमानीणबाई मोठी किटली भरून वाफाळती कॉफी, एका बोलमध्ये चीजचे लहान लहान चौकोन व दोन प्रकारच्या केक्स घेऊन आल्या. कॉफी व केक्सचा आस्वाद घेत आमच्या गप्पा सुरू होत्या. त्यानंतर क्रीम रोल्स, सिनॅमन रोल्स, चिकन पफ्स, डोनटस असे एका पाठोपाठ एक पदार्थ टेबलावर आणले जात होते.

चीजबद्दल यजमानीणबाईंनी सांगितले की फिनलंडमध्ये काहवी बरोबर चीज देण्याची पद्धत आहे.. हे चीज शेळीच्या किंवा रेनडियरच्या दुधापासून तयार केलेले असल्यामुळे त्याची चव पण जरा वेगळी असते. परदेशी लोकांना चीज व कॉफी हे जरा विचित्र वाटते; पण आम्हाला असे गरमा गरम काळ्या कॉफीत बुडवलेले चीज खायला खूप आवडते. खाऊन बघायला काय हरकत आहे, असे म्हणून मी एक चीजचा तुकडा कॉफीत बुडवून खाऊन बघितला. बरा लागत होता.

यजमानीणबाई सांगत होत्या की 'फिनलंडमध्ये घरी आलेल्या पाहुण्याला 'काहवी' म्हणजे फीनिश कॉफी व त्याबरोबर 'पुला' देण्याची पद्धत आहे. फीनिश रीतिरिवाजानुसार खरी होस्टेस आपल्या पाहुण्यांसाठी पुलाचे कमीत कमी सात प्रकार करते. पुला म्हणजे गव्हाच्या पिठापासून तयार केलेले ब्रेडचे गोड व तिखट असे वेगवेगळे प्रकार. कणकेत अंडी, यीस्ट, दूध व साखर घालून ती भिजवली जाते व नंतर ती जराशी फुगल्यावर त्यापासून विविध प्रकारचे पुला तयार केले जातात. पुलामध्ये दालचिनी जायफळ असे मसाले किंवा सुकामेवा, जॅम वा ताजी फळे देखील वापरली जातात. चिकन व फिश घालून तयार केलेले रोल्स व पफ हे अगदी लोकप्रिय व आवडते पदार्थ आहेत.

२५

देशोदेशीची कॉफी

कापाडोसियाची पिस्ता कॉफी – टर्की

युनेस्कोने वर्ल्ड हेरिटेज साईट म्हणून मान्यता दिलेले टर्कीमधील कापाडोसिया हे एल अफलातून गाव आहे. एकेकाळी हे गाव ज्वालामुखींनी वेढलेले होते. त्यातील लाव्हारसामुळे आणि उडालेल्या राखेमुळे गावातले कित्येक भाग झाकून जात. आज हा परिसर प्रसिद्ध आहे तो ज्वालामुखीच्या रसापासून बनलेल्या खडकांसाठी.

इतिहासाने समृद्ध अशा कापाडोसियातील गुहा, त्यात बनवलेली हॉटेल्स, जमिनीखालची गावे, गुहांमध्ये बनवलेली चर्चेस आणि मून रॉक बघण्यासाठी लाखो लोक तिथे भेट देतात. कापाडोसियाच्या आसपास दऱ्यांमध्ये अनेक लहान लहान गावे वसली असून ज्वालामुखीच्या मातीमुळे तेथील जमीन अतिशय सुपीक बनली आहे. चेरी, अंजीर, जर्दाळू, पिस्ते, द्राक्ष, बटाटे, गहू आणि हरभरे ही तिथे होणारी मुख्य पिके आहेत.

फार पूर्वीपासून टर्किश संस्कृतीमध्ये पिस्त्यांना फार महत्त्व आहे. टर्कीमधील अँटेप पिस्त्यांची चव काहीशी गोडसर व खमंग असून ते अगदी नाजुक पोताचे असतात. असे पिस्ते उत्तम प्रतीचे मानले जातात. टर्कीमध्ये ते बकलावा सारख्या

अनेक गोड पदार्थात मुबलकपणे वापरले जातात. केक्स, कबाब व चिवड्यासारख्या पदार्थात देखील पिस्ते वापरले जातात.

पिस्त्यापासून कॉफी तयार केली जाते, हे मात्र नव्यानेच ऐकले. पिस्ता कॉफीला 'मेनेन्जिक कॉफी' किंवा 'कुर्दिश कॉफी' असे देखील म्हटले जाते. ही कॉफी म्हणजे पारंपरिक टर्किश पेय असून कापाडोसियाची खासियत आहे. भाजलेले पिस्ते वापरून तयार केलेली ही कॉफी कॅफिनविरहित असून काहिशा मातकट चवीची असते. त्यामुळे ती लोकांना आवडते.

टेरेबिन्थच्या झाडाला लागलेली फळे म्हणजे रानटी पिस्ते. झाडावरून पिस्ते काढले की ते उन्हात वाळवून भाजले जातात. असे पिस्ते वाटून त्याची पेस्ट केली जाते व ती पेस्ट मेनेन्जिक कॉफी तयार करण्यासाठी वापरली जाते. ही पेस्ट दुधात मिसळून त्यात भरपूर साखर घालून कॉफी केली जाते. कापाडोसियाच्या दुकानातून मेनेन्जिक कॉफीच्या पेस्टच्या बाटल्या मिळतात.

कापाडोसियामध्ये पिस्ता कॉफी आणखी दोन तीन प्रकारांनी करतात.

प्रकार १- दळलेली टर्किश कॉफी व पिस्त्याची पूड एकत्र करून डिकॉक्शन केले जाते. हे डिकॉक्शन व आवडीप्रमाणे दूध-साखर व पाणी घालून कॉफी तयार केली जाते.

प्रकार २- पिस्त्याची पूड, कॉफी पावडर व पाणी एकत्र करून बराच वेळ ते मंद आचेवर उकळले जाते.

प्रकार ३- पिस्ते बारीक वाटून कॉफीत मिसळले जातात. ती कॉफी उकळून गाळली जाते.

अर्थात, अशा पद्धतीने तयार केलेल्या पिस्ता कॉफीत कॅफिन असते. तयार झालेली स्वादिष्ट कॉफी टर्किश डिलाईटबरोबर सर्व्ह केली जाते. अशी कॉफी बहुतेक वेळा जेवणानंतर प्यायली जाते. ही कॉफी टर्किश कॉफीपेक्षा खूपच सौम्य असते. कापाडोसियाला गेल्यावर तेथील पिस्ता कॉफी नक्कीच प्यावी.

फिल्टर कॉपी – दक्षिण भारत

दक्षिण भारतीय फिल्टर कॉफीचे वर्णन स्वादिष्ट, कडक, गरम, मजबूत आणि फेसाळ असे केले जाते. अशी कॉफी तयार करण्यासाठी सर्वप्रथम डिकॉक्शन

तयार करून घेतले जाते. ती पिण्यासाठी कप व डबरा अशी दोन विशिष्ट आकाराची भांडी असतात. दूध, कॉफी डिकॉक्शन व साखर घातलेली गरम कॉफी कपातून डबऱ्यात व डबऱ्यातून कपात असे उंचावरून खाली वर ओतली जाते. यामुळे सर्व मिश्रण व्यवस्थितपणे एकत्र मिसळून मस्त अशी फेसाळ कापी तयार होते आणि हीच खरी फिल्टर कापीची खासियत आहे.

'आपल्या घरची कॉफी ती सर्वांत उत्तम,' अशी दाक्षिणात्य लोकांची समजूत असते. त्यांना अशी फेसाळ फिल्टर कापी प्यायला व दुसऱ्यांना पाजायला खूप आवडते. ते आपल्या कॉफीवर मनापासून प्रेम करतात व कॉफीविषयी भरभरून बोलतात.

असे म्हटले जाते की पूर्वी दक्षिण भारतातील बहुतेक कॉफी युरोपला पाठवली जाई त्यामुळे स्थानिक लोकांसाठी कॉफी हे तसे महागडे पेय समजले जाई. मध्यम वर्गीय तामिळ लोकांना कॉफी पिण्याची सवय लागल्यामुळे तिथे कॉफी शॉप्स आणि कापी क्लब्ज सुरू झाले आणि ती कापी सर्वसामान्य दाक्षिणात्य लोकांपर्यंत पोहोचली.

त्यानंतर तिथे उडुपी हॉटेल्स सुरू झाली आणि खऱ्या अर्थाने देशातील इतर भागांमध्ये फिल्टर कॉफीची ओळख झाली. आम जनतेमध्ये फिल्टर कॉफी लोकप्रिय करण्याचे श्रेय अशा उडुपी हॉटेल्सना जाते असे म्हटले जाते.

जगप्रसिद्ध कॉफी चेन स्टार बक्स आता आपल्या मेन्युकार्डमध्ये फिल्टर कॉफीचा समावेश करणार आहे असे ऐकिवात आहे.

बॉंबॉन कॉफी – स्पेन

बॉंबॉन ही एक स्पॅनिश कॉफी असून तिचा उगम व्हॅलेंसियामधला मानला जातो. एस्प्रेसो कॉफी आणि कंडेन्स्ड मिल्क वापरून तयार केली जाणारी ही कॉफी काचेच्या ग्लासातून सर्व्ह केली जाते. त्यासाठी दोन भाग एस्प्रेसो कॉफी व तेवढेच म्हणजे दोन भाग कंडेन्स्ड मिल्क वापरले जाते. प्रथम काचेच्या ग्लासात कंडेन्स्ड मिल्क घालून त्यावर एस्प्रेसो कॉफी ओतली जाते. दोन्हीची घनता वेगवेगळी असल्यामुळे

कॉफी कंडेंस्ड मिल्कमध्ये मिसळली जात नाही. काचेचा ग्लास घेतल्यामुळे खाली पांढऱ्या रंगाच्या कंडेंस्ड मिल्कचा थर व त्यावर गडद तपकिरी एस्प्रेसो कॉफीचा थर असे खूपच छान दिसते. कॉफी प्यायच्या वेळी मात्र चमच्याने दोन्ही थर एकत्र करून कॉफी प्यायली जाते.

काही वेळा कंडेंस्ड मिल्कऐवजी बेलीज आयरीश क्रीम सारखी क्रीम बेस असलेली लिक्युअर वापरून बॉबॉन कॉफी केली जाते.

काफेओस्ट – फिनलंड आणि स्वीडन

काफेओस्ट याचा अर्थ 'कॉफी चीज'. अशा प्रकारची चीज घातलेली कॉफी स्वीडन व फिनलंड या देशांत प्यायली जाते. यासाठी ताजी दळलेली कॉफी फिल्टर करून वापरली जाते. कॉफीत जे चीज वापरले जाते ते बहुतेक वेळा रेनडियरच्या दुधापासून तयार केलेले असल्यामुळे त्याची चव जराशी वेगळी असते. चीजचे तुकडे कपाच्या तळाशी घालून त्यावर गरम कॉफी ओतली जाते. गरम कॉफीमुळे चीज वितळत नाही; पण मऊ होऊन त्याला कॉफीचा स्वाद मिळतो. कॉफी संपल्यावर ते कॉफीच्या स्वादाचे मऊसर चीज नुसतेच खाल्ले जाते किंवा ब्रेडला लावून खाल्ले जाते. नॉर्डिक देशात चीज कॉफी गॉक्सी या पारंपरिक कपातून प्यायली जाते. हे कप बर्चच्या लाकडापासून तयार केलेले असतात.

डालगोना कॉफी – कोरिया

'डालगोना' हा शब्द कोरियन भाषेतला असून त्याचा अर्थ गोड असा होतो. कोरियामध्ये डालगोना या नावाची गोड कँडी असून ती १९६० पासून तिथे अतिशय लोकप्रिय आहे. सगळीकडे मुबलक प्रमाणात मिळणारी ही कोरियन डालगोना कँडी ज्यांनी खाल्ली आहे, ते म्हणतात की ती काहीशी बटरस्कॉच व शेंगदाणा चिक्कीसारखी लागते.

डाल्गोना कँडीप्रमाणेच डाल्गोना कॉफी देखील कोरियामध्ये अनेक वर्षे तयार केली जात आहे; पण ती खऱ्या अर्थाने लोकांपर्यंत पोहोचली ती एका टेलिव्हिजन कार्यक्रमामुळे. त्या कार्यक्रमात एक प्रसिद्ध दक्षिण कोरियन नट 'जुंग वू' ही कॉफी पिताना दाखवला होता. कॉफीची चव डाल्गोना कँडीसारखी लागल्यामुळे जुंग वू त्याच्या हातातील कॉफीला 'डाल्गोना कॉफी' म्हणू लागला. डाल्गोना कॉफी जगभरात लोकप्रिय करण्याचे श्रेय कोरियन टीव्ही कार्यक्रम, व अर्थातच जुंग वू ला जाते. लोकांनी त्या नटाला कार्यक्रमात डाल्गोना कॉफी पिताना बघितल्यामुळे ते त्याचे अनुकरण करू लागले.

डाल्गोना कॉफीचा प्रसार साउथ कोरियामधून सोशल मीडिया द्वारे झाला. एका कोरियन टी व्ही शो मुळे डाल्गोना कॉफी परत एकदा प्रसिद्धीस आली. लोकांनी ही कॉफी कोरियन आहे असे ठरवून टाकले. कोविड १९च्या वेळी लोकांच्या हातात वेळच वेळ होता त्यामुळे ते इंटरनेटवर बघून घरी डाल्गोना कॉफी करू लागले.

अतिशय चविष्ट अशी ही कॉफी फक्त तीन पदार्थ वापरून केली जाते. इन्स्टंट कॉफी, दूध आणि साखर हे तीन मुख्य पदार्थ असून त्यात घालण्यासाठी कोमट पाणी व बर्फाचा चुरा लागतो. डाल्गोना हा कोल्ड कॉफीचा एक प्रकार असून त्या कॉफीची खासियत म्हणजे कॉफीवर सुमारे इंच दीड इंच उंचीचा फेस असतो.

डालगोना कॉफी

साहित्य	कृती
प्रत्येकी २ लहान चमचे कोणतीही इन्स्टंट कॉफी, साखर व कोमट पाणी. पाऊण ग्लास गार दूध व जरूरीप्रमाणे बर्फाचा चुरा.	कॉफी पावडर, साखर व कोमट पाणी एकत्र करून बीटरने चांगले फेसावे. सुरुवातीला असलेले गडद चॉकलेटी रंगाचे मिश्रण जसे फेटत जाल तसे तिचा रंग बदलून फिकट चॉकलेटी होते. तिला क्रीमसारखा दाटपणा येतो व ती फोमसारखी हलकी होते. एका उंच ग्लासात थंड दूध व थोडा बर्फाचा चुरा घालून ढवळावे. त्यात फेसलेली निम्मी कॉफी हलक्या हाताने मिसळावी. उरलेला कॉफीचा फोम तयार कॉफीवर टाकावा. फेसावर कॉफी पावडर भुरभुरावी.

कॉफी करण्याचा हा प्रकार तसा नवा नाही; पण कोविड १९ च्या काळात तो सोशल मीडियावर व्हायरल झाल्यामुळे त्याला परत एकदा उजाळा मिळाला एवढेच.

कारूपत्ती, बेला व सुक्कू कॉफी – दक्षिण भारत

फिल्टर कॉफी तर आपल्या सर्वांनाच माहीत आहे; पण दाक्षिणात्य बेला कॉफी, सुक्कू कॉफी व कारूपत्ती हे फारसे परिचित नसलेले कॉफीचे प्रकार आहेत. त्यापैकी बेला ही अस्सल कूर्ग कॉफी आहे. ज्यांना काळी कॉफी प्यायला आवडते, त्यांच्यासाठी हा अगदी योग्य प्रकार आहे. कॉफी पावडर पाण्यात घालून उकळायची व उकळल्यावर त्यात गोडपणासाठी गूळ घालावा. गूळ विरघळल्यावर कॉफी कपात गाळावी. गुळामुळे कॉफीला एकप्रकारचा धुरकट वास मिळतो व तीच या कॉफीची मजा आहे. या कॉफीमध्ये काहीवेळा आवडीनुसार दालचिनी किंवा वेलदोड्याची पूड घातली जाते.

तामिळनाडूमध्ये केली जाणारी कारूपत्ती ही काहीशी बेला कॉफीसारखीच असते, फक्त त्यात नेहमीच्या गुळाऐवजी पामपासून तयार केलेला गूळ घालतात.

सुक्कू किंवा चुक्कू कॉफी ही देखील तामीळनाडूमधील खास कॉफी. तमिळ भाषेत सुक्कू म्हणजे वाळलेले आले म्हणजेच आपली सुंठ. आले हा सुक्कू कॉफीतील महत्त्वाचा घटक आहे. सुक्कू कॉफीचे डिकॉक्शन तयार करताना कॉफी पावडरमध्ये सुंठ मिसळली जाते. काही वेळा या कॉफीत किसलेले ताजे आले देखील घातले जाते.

भरपूर साखर घालून तयार केलेली सुक्कू कॉफी ही पौष्टिक तर आहेच; पण त्यामुळे शरीराला भरपूर ऊर्जा मिळते. सर्दी, खोकला, डोकेदुखी अशावर सुक्कू कॉफी पिणे योग्य ठरते. आवडीनुसार त्यात मिरेपूड, धनेपूड किंवा लवंगेची पूड घातली जाते. अशी ही बहुगुणी हर्बल कॉफी म्हणजे पावसाळ्याच्या दिवसातले एक पेय समजले जाते.

बटर कॉफी – नेपाळ व भूतान

कॉफीप्रेमी लोकांना नेहमीच वेगवेगळ्या स्वादाच्या व चवीच्या कॉफीचा आस्वाद घ्यायला आवडतो. हल्लीच्या बदलत्या जीवनशैलीमुळे चहा व कॉफी तयार करण्याच्या पद्धती बदलल्या आहेत. सध्या बुलेटप्रूफ कॉफीचा ट्रेंड सुरू आहे. काही सेलिब्रिटीज आपल्या डाएटमध्ये या कॉफीचा समावेश करतात त्यामुळे शरीराला होणारे फायदे लक्षात आल्यामुळे या कॉफीची लोकप्रियता वाढली आहे.

या कॉफीचा आणि बुलेटचा काहीही संबंध नसला तरी त्याला बुलेटप्रूफ कॉफी म्हटले जाते. या कॉफीचे मूळ नाव बटर कॉफी; पण त्याचे बुलेटप्रूफ कॉफी असे नामांतर करण्याचे श्रेय अमेरिकन उद्योजक डेव्ह एस्प्रे यांना जाते. कॉफीचा हा प्रकार पाश्चात्य देशातील लोकांचा आवडता असून किटोजनिक व इतर काही प्रकारच्या डाएटमध्ये तिचा समावेश केलेला दिसून येतो.

साधारणपणे मध्यम आकाराच्या एक कप बटर कॉफीत ४५० कॅलरीज व खूप स्निग्धांश असतात; प्रोटिन्स आणि फायबरचे प्रमाण मात्र अगदीच कमी असते. बटर कॉफीतील कॅलरीज व स्निग्धांशामुळे दीर्घकाळ पोट भरल्यासारखे राहते व खाणे कमी होऊन त्याचा वजन कमी होण्यासाठी उपयोग होतो.

आरोग्यदायी मागनि वजन कमी करायचे असेल तर बटर कॉफीचे सेवन हा एक चांगला पर्याय आहे, असे म्हटले जाते. वजन कमी करण्यासाठी व्यायामाची जरूरी असतेच. बटर कॉफी प्यायल्यामुळे शरीरात साठलेली चरबी सक्रीय होते व त्यामुळे व्यायाम करणाऱ्यांनी बटर कॉफीचे सेवन केल्यास त्याचे परिणाम लवकर दिसून येतात. या कॉफीतील एमसीटी तेलामुळे शरीरातील ऊर्जा संतुलित रीहते. अशा या बटर कॉफीची चव आवडली नाही तरी ती आरोग्यासाठी खूपच फायदेशीर आहे, असे दिसून आले आहे.

आपल्याकडे बटर कॉफी हा प्रकार अजिबातच नवा नाही. कारण हिमालयातील अनेक भागात चहा कॉफीमध्ये तूप किंवा लोणी घालून प्यायची पद्धत फार जुनी आहे. जास्त उंचीवर राहणे आणि तिथे काम करणे यासाठी शरीराला जास्त ऊष्मांकाची जरूर भासते. डोंगराळ भागात उंचीवर रहाणारे लोक शरीराला अधिक ऊर्जा मिळावी यासाठी आपल्या चहात अथवा कॉफीत बटरचा वापर करतात

म्हणून तिला 'बटर कॉफी' हे नाव मिळाले. नेपाळ व भूतान या देशांतील लोक पूर्वापार अशी बटर कॉफी पीतात तिथे बटर टी व बटर कॉफी ही पारंपरिक पेये समजली जातात.

एमसीटी तेल हे खोबरेल तेलावर प्रक्रिया करून काढले जाते व तज्ज्ञांच्या मते या तेलापासून तयार केलेले पदार्थ लवकर पचतात. महत्त्वाची गोष्ट म्हणजे हे तेल हृदयाच्या आरोग्यासाठी चांगले मानले जाते. त्याच्या सेवनाने रक्तातील कोलेस्ट्रॉलची व साखरेची पातळी कमी राखण्यास मदत होते. या तेलाचा उपयोग बटर कॉफी करण्यासाठी व सॅलेड ड्रेसिंगमध्ये केला जातो. ती कॉफी कशी करायची ते बघू या -

बटर कॉफी

साहित्य

२ कप पाणी, १ चहाचा चमचा कॉफी पावडर, हवी असल्यास चवीसाठी साखर वा गूळ. २ चहाचे चमचे बटर किंवा २ चहाचे चमचे एमसीटी तेल व चिमूटभर दालचिनीची पूड.

कृती

पाणी, साखर व कॉफी पावडर एकत्र करून उकळावे व गाळून घ्यावे. एका भांड्यात बटर / एमसीटी तेल व दालचिनीपूड एकत्र करून फेटावे. त्यावर गाळलेली कॉफी घालून हँड मिक्सरने चांगली फेटावी. तीन ते चार मिनिटात मऊ आणि मलईदार कॉफी तयार होईल.

मोका कोला – ब्राझील

ब्राझील या दक्षिण अमेरिकेतील देश जगातील सर्वांत जास्त कॉफी उत्पादन करणारा देश मानला जातो. सहाजिकच त्या देशातील लोक कॉफीला खूप महत्त्व देतात. कॉफी म्हणजे त्यांच्या दैनंदिन आयुष्यातला महत्त्वपूर्ण भाग असून कॉफी

संस्कृती त्यांच्या रक्तातच भिनली आहे. ब्राझीलमधे कॉफीचे विविध प्रकार अस्तित्वात आहेत. त्यांचे वैशिष्ट्य म्हणजे कॉफीमध्ये अगदी आगळे वेगळे असे पदार्थ मिसळले जातात, मोका कोला ही आईस्ड कॉफी हे त्याचे बोलके उदाहरण आहे.

मोका कोला

साहित्य	**कृती**	
१ कप थंड केलेली कडक काळी कॉफी २ कप चॉकलेट मिल्क, दीड कप कोला व २ स्कूप व्हॅनिला आईस्क्रीम.	काळी कॉफी, चॉकलेट मिल्क व कोला एकत्र करावे. हे मिश्रण चार ग्लासात घालावे व त्यावर अर्धा अर्धा स्कूप व्हॅनिला आईस्क्रीम घालावे.	

ब्राझीलमधील लोकांना सॉफ्ट ड्रिंक व कॉफी हे कॉंबिनेशन खूप आवडते. कोणत्याही लेमन किंवा संत्र्याच्या ग्लासभर सॉफ्ट ड्रिंकमध्ये दोन चमचे काळी कॉफी घालून तयार केलेले पेय हे ब्राझीलमधील लोकांचे आवडते पेय आहे. काहीवेळा अशा कॉफीवर आईस्क्रीम घातले जाते.

२६

कॉफी डेझर्ट्स

साहित्य

२ अंडी, २ कप मैदा, २कप दूध, ४ मोठे चमचे पिठी साखर, २ लहान चमचे बेकिंग पावडर, १ मोठा चमचा इन्स्टंट कॉफी, २ मोठे चमचे लोणी व ४/५ थेंब व्हॅनिला इसेन्स.

कृती

प्रथम एका भांड्यात मैदा, बेकिंग पावडर आणि साखर एकत्र करून चाळून घ्यावे. दुसऱ्या भांड्यात अंडी फेटावी. अंड्यात लोणी व दूध घालून एकजीव करावे. त्यात हळूहळू मैद्याचे मिश्रण घालून कालवावे. तयार पीठ सरसरीत असावे. वाफल मेकर पाच मिनिटे गरम करून घ्यावा व त्याच्या दोन्ही बाजूंना ब्रशने लोणी लावावे. त्यात डावाने पीठ घालून झाकण लावून वाफल शिजायला ठेवावे. साधारणपणे सात ते आठ मिनिटांत वाफल दोन्ही बाजूंनी छान भाजले जातात.

वाफल्स खाताना त्यावर व्हिप्ड क्रीम व ड्रायफ्रूटस घालावे.

कॉफी वॉलनट केक

साहित्य

२५० ग्रॅम मैदा, २५० ग्रॅम साखर, २५० ग्रॅम् लोणी, १ कप आक्रोडाचे तुकडे, ३ अंडी, २ लहान चमचे बेकिंग पावडर, १ मोठा चमचा इन्स्टंट कॉफी, १ मोठा चमचा दूध व थोडी रम.

कृती

एका भांड्यात लोणी आणि साखर हलके होईपर्यंत फेटून घ्यावे. त्यात अंडी घालून फेटावे. अक्रोडाचे तुकडे रममध्ये भिजत घालावे. मैदा, बेकिंग पावडर व कॉफी पावडर एकत्र करावी. अंड्याच्या मिश्रणात हलक्या हाताने मिसळावी. त्यात रममध्ये मुरवलेले अक्रोड घालावे. मिश्रण फार घट्ट वाटले तर त्यात दूध घालावे. ओव्हन तापत ठेवावा. केकच्या भांड्याला बटर पेपर लावून त्यात केकचे मिश्रण घालावे. साधारणपणे पाऊण तास बेक करावे. केक झाला की नाही ते पाहण्यासाठी त्यात सुरी खोचून बघावी. मिश्रण न चिकटता सुरी बाहेर आली म्हणजे केक तयार आहे असे समजावे.

कॉफी क्रीम

साहित्य

२ कप क्रीम, २ मोठे चमचे साखर, ४ थेंब व्हॅनिला इसेन्स, २ लहान चमचे इन्स्टंट कॉफी.

कृती

एका भांड्यात क्रीम काढावे. हँड मिक्सरने सर्वांत कमी स्पीडवर किंवा काटा घेऊन अगदी हलक्या हाताने क्रीम फेटावे. फेटता फेटता त्यात थोडी थोडी साखर व कॉफी घालावी. क्रीम हलके होऊन त्याला कॉफीचा रंग आला की त्यात व्हॅनिला इसेन्स घालावा.

अशा तऱ्हेने तयार केलेले कॉफी क्रीम वाफल्स, कोल्ड कॉफी, केक वा कुकीजवर घालून खाल्ले जाते.

कॉफी पुडिंग

साहित्य

२ कप प्लेन व्हॅनिला केकचा चुरा, २ कप क्रीम, अर्धा कप पिठी साखर, २ कप कडक काळी कॉफी, १ कप बदामाचा भरड चुरा, १/२ चमचा इन्स्टंट कॉफी.

कृती

काचेच्या भांड्यात १ कप केकचा चुरा पसरावा. केकचा चुरा पूर्णपणे भिजेल अशा बेताने त्यावर काळी कॉफी घालावी. क्रीममध्ये हलक्या हाताने पिठीसाखर मिसळावी. तयार क्रीम केकवर पसरून त्यावर बदामाचा चुरा घालावा. परत एक केकचा थर देऊन त्यावर कॉफी घालावी. शेवटी त्यावर उरलेले क्रीम पसरावे. वरून बदामाचा चुरा घालावा व त्यावर इन्स्टंट कॉफी भुरभुरून तयार पुडिंग फ्रीजमध्ये गार करावे.

ड्रायफ्रूट कॉफी

साहित्य

१ कप बदाम, काजू, अक्रोड व पिस्त्याचे तुकडे, १ लहान चमचा भरून इन्स्टंट कॉफी, २ ते ३ थेंब व्हॅनिला इसेन्स, २ मोठे चमचे गार दूध, २ स्कूप व्हॅनिला किंवा कॉफी आईस्क्रीम, १ मोठा चमचा मध.

कृती

मिक्सरच्या भांड्यात काजू, बदाम, अक्रोड व पिस्त्याचे तुकडे घालून त्याची पूड करावी. १ चमचा ड्रायफ्रूटची पूड व १ स्कूप आईस्क्रीम बाजूला ठेवावे. मिक्सरमधल्या ड्रायफ्रूट्स पुडवर कॉफी, दूध, १ स्कूप आईस्क्रीम व व्हॅनिला इसेन्स घालून फिरवावे. तयार ड्रायफ्रूट कॉफी दोन ग्लासात ओतावी व त्यावर अर्धा अर्धा स्कूप आईस्क्रीम घालावे. वरून ड्रायफ्रूटची पूड घालून कॉफी सजवावी.

कॉफीचे किस्से

कॉफीचा शोध

कॉफीच्या शोधाबद्दल अनेक कथा व दंतकथा प्रसिद्ध आहेत. इतिहासातील दाखल्यानुसार अरब व्यापारी आपले सामान उंटाच्या पाठीवर बांधून लांबच्या पल्ल्याचा प्रवास करत असत. या प्रवासात ते एका विशिष्ट प्रकारच्या झुडुपावर लागणाऱ्या बेरीमधल्या बिया चघळत असत. व्यापाऱ्यांना व तांड्यातील उंटांना त्या बिया चघळल्यामुळे तरतरी वाटत असे. त्या बियांमधील कॅफिन या घटकामुळे त्यांना तरतरी येते असे संशोधनाद्वारे सिद्ध झाले. या झुडपावरील बेरीज म्हणजेच कॉफीची फळे व त्यातल्या बिया म्हणजेच कॉफीच्या बिया हे वेगळे सांगायला नकोच!

कॉफीमुळे तरतरी येत असल्यामुळे ते एक उत्तेजक असे मादक पेय आहे व धर्मानुसार असे पेय पिण्यास बंदी असल्यामुळे ते पिणाऱ्यांना कडक शासन व्हावे, असे विचार अरब देशात मांडले गेले. असे असून सुद्धा या देशात कॉफी पिणाऱ्यांची संख्या वाढतच गेली.

...आणि कॉफी बीन्स भाजले जाऊ लागले!

एकदा काही अरब लोक एकत्र बसून काहवा करत होते. त्यावेळी त्यातल्या काही बिया चुकून खालच्या विस्तवावर पडल्या व जळू लागल्या. त्या जळणाऱ्या बियांमधून येणारा सुंदर वास.. गंध.. सर्वत्र पसरला. अरबांनी त्या अर्धवट जळलेल्या बिया विस्तवातून बाहेर काढून उकळत असलेल्या काहवात टाकल्या. त्या अर्धवट जळलेल्या कॉफीच्या बिया उकळल्या गेल्यावर एका सुंदर स्वादाची आणि चवीची काहवा तयार झाली. भाजलेल्या बिया उकळल्या असता काहवाला देखील तो वास मिळतो व त्यामुळे काहवा जास्तच स्वादिष्ट लागते हे त्यांच्या लक्षात आले.

त्यानंतर कॉफीच्या बिया कोळशावर भाजून खलबत्त्यात कुटल्या जाऊ लागल्या. तयार झालेली भुकटी उकळून त्यातला गाळ खाली बसला की वरचे पाणी म्हणजेच काहवा पिण्यासाठी वापरण्यात येऊ लागली. असेच वेगवेगळे अनुभव घेऊन आणि प्रयोग करून आजची मस्त चवीची कॉफी तयार झाली.

एन्डाएव्ह

पाश्चात्य देशात चिकोरीची पाने सॅलडमध्ये किंवा एक भाजी म्हणून वापरली जातात व त्याला एन्डाएव्ह असे म्हटले जाते. एन्डाएव्ह ही बेल्जियममधील एक लोकप्रिय व खास भाजी असून त्या भाजीबद्दल बेल्जियममध्ये एक मजेशीर गोष्ट सांगितली जाते.

''कोणे एके काळी एका बेल्जियन शेतकऱ्याने आपल्या कॉफीत मिसळण्यासाठी चिकोरीचे कंद विकत आणले; पण त्याला अचानक गावाला जायला लागल्यामुळे ते कंद घरी तसेच पडून राहिले. गावाहून परत आल्यावर शेतकऱ्याच्या असे लक्षात आले की त्या कंदावर सुंदरशी गुलबट पांढरी अशी पाने फुटली आहेत. शेतकऱ्याने ती पाने खाऊन बघितली तर त्या किंचित कडसर चवीच्या पानांना अगदी वेगळा पण छान स्वाद आहे. त्याने ती पाने सॅलडमध्ये वापरली व घरच्या सर्वांना ते सॅलड खूप आवडले. मग काय त्या शेतकऱ्याने चिकोरीचे कंद आपल्या शेतात लावले आणि त्याची पाने एन्डाइव्ह म्हणून प्रचलित झाली.''

कॉफी पेंटिंग

कॉफीचा रंग हा एक नैसर्गिक डाय आहे. तिचा उपयोग कपडे, कागद, दोरे अशा वस्तू रंगवण्यासाठी केला जातो. नेहमी धुतल्याने कॉफीचा रंग फिका होत जातो त्यामुळे ज्या वस्तू फारशा धुतल्या जात नाहीत, त्या कॉफीने रंगवता येतात.

सध्या कॉफी पेंटिंग हा नव्याने उदयास आलेला कलाप्रकार आहे. त्यासाठी रंगाऐवजी इन्स्टंट कॉफीचा वापर केला जातो. चित्रे रंगवताना पाण्याचे प्रमाण कमी जास्त करून कॉफीच्या तपकिरी रंगाच्या छटा बनवता येतात. कॉफी वापरून केलेली पेंटिंग्ज दिसतात तर छानच; पण त्याला मंद असा कॉफीचा वास मिळतो. एकाच नैसर्गिक रंगाच्या विविध छटा वापरून केलेली चित्रकृती म्हणजे एक अफलातून प्रकार आहे.

कॉफी तयार करताना...

दूध आणि पाणी एकत्र करून त्यात कॉफी व साखर घालून उकळले की झाली कॉफी तयार असे जर कोणाचे म्हणणे असेल तर ते साफ चुकीचे आहे. कॉफी करण्याच्या खूप वेगवेगळ्या पद्धती असून कॉफी करणे ही एक कला मानली जाते.

उत्तम कॉफी करणे हे काही फारसे अवघड नाही; पण त्यासाठी काही गोष्टी पाळाव्या आणि काही गोष्टी टाळाव्या लागतात. आपल्या आवडीप्रमाणे योग्य कॉफीची निवड करणे फार महत्त्वाचे आहे. कॉफी ज्या भागातून आली आहे तेथील हवामान व त्यात मिसळले गेलेले चिकोरीसारखे पदार्थ यावर कॉफीची चव ठरते. कॉफीत वापरले जाणारे पाणी हा कॉफीच्या चवीतला महत्त्वाचा घटक आहे. कॉफी करताना केव्हाही फ्रीजमधले गार पाणी अथवा हवाबंद पाण्याच्या बाटलीतले पाणी वापरू नये. नेहमी ताजे व रूम टेंपरेचरचे पाणी वापरावे.

कॉफीच्या बिया दळून आणायच्या असतील तर त्या थोड्या थोड्या दळून आणाव्या कारण आठ ते दहा दिवसात तिचा वास कमी होतो. इन्स्टंट कॉफीला पावसाळ्याच्या दिवसात बुरशी येण्याची किंवा ती घट्ट होण्याची शक्यता असते. त्यामुळे ती घट्ट झाकणाच्या बरणीत भरून फ्रीजमध्ये ठेवणे उत्तम. कॉफी कोणत्याही प्रकारची असो ती उष्णता, आर्द्रता आणि उजेड यापासून दूर ठेवावी.

कॉफी डिकॉक्शन आधीपासून करून न ठेवता ते नेहमी आयत्यावेळी करावे व त्यासाठी कॉफी पावडर आणि पाणी हे योग्य प्रमाणात मोजून घ्यावे. डिकॉक्शन केले नाही तर दळून आणलेली कॉफी पावडर पाण्यात मंद आचेवर बराच वेळ उकळावी म्हणजे त्या कॉफीचा अर्क व स्वाद त्या पाण्यात उतरतो. इन्स्टंट कॉफी मात्र कधीही उकळू नये.

अशा काही गोष्टी लक्षात ठेवल्या तर आपण सुद्धा उत्तम चवीची कॉफी करू शकू.

चहा की कॉफी ?

व्हॉटस ऑपवर जे असंख्य फॉरवर्डस येतात त्यातला मला भावलेला हा एक सुंदर फॉरवर्ड आहे. ज्यानी कोणी ही चहा व कॉफीमध्ये तुलना केली आहे किंवा फरक दाखवला आहे तो खूप आवडला. दोन्ही पेयांचे वर्णन अगदी यथायोग्य केले आहे व ते मनोमन पटते.

चहा म्हणजे उत्साह तर

कॉफी म्हणजे स्टाईल

चहा एकदम झटपट तर

कॉफी अक्षरशः निवांत

चहा म्हणजे कथासंग्रह तर

कॉफी म्हणजे कादंबरी

चहा मंद दुपारनंतर तर

कॉफी धुंद संध्याकाळी

चहा चिंब भिजल्यावर

तर कॉफी ढग दाटून आल्यावर

चहा म्हणजे उत्स्फूर्तता तर
कॉफी म्हणजे उत्कटता.
चहा वर्तमानात दमल्यावर तर
कॉफी भूतकाळात रमल्यावर
चहा पिताना भविष्य रंगवायचे तर
कॉफी पिताना स्वप्नं रंगवायची!!*

आंतरराष्ट्रीय कॉफी दिवस

कॉफीचे मानवाशी जुळलेले नाते कित्येक वर्षे जुने असून त्याच्या आयुष्यात कॉफील एक महत्त्वपूर्ण स्थान आहे. म्हणूनच दरवर्षी १ ऑक्टोबरला जगभरात आंतरराष्ट्रीय कॉफी दिवस म्हणून साजरा केला जातो. हा दिवस कॉफी क्षेत्रातील विविधता, गुणवत्ता आणि उत्कटतेचा दिवस आहे, असे मानले जाते.

२०१४ मध्ये आंतरराष्ट्रीय कॉफी संघटनेने वर्षांतला एक दिवस जगभरातील कॉफीप्रेमींना समर्पित करण्याचा निर्णय घेतला. त्यानुसार २०१५ मध्ये इटलीतील मिलान येथे झालेल्या एक्स्पोचा एक भाग म्हणून पहिला अधिकृत आंतरराष्ट्रीय कॉफी दिवस साजरा करण्यात आला. असे असले तरी जगातील कित्येक देश वेगवेगळ्या दिवशी त्यांचे स्वतःचे राष्ट्रीय कॉफी दिवस साजरे करतात. कॉफीचा इतिहास, तिचे आरोग्यदायी फायदे व कॉफीविषयीच्या अनेक गोष्टी लोकांपर्यंत पोहोचाव्या हा असा दिवस साजरा करण्यामागचा हेतू असतो. जे लोक ही कॉफी शेतातून आपल्यापर्यंत पोहोचवण्यासाठी मेहनत घेतात त्यांच्या कष्टाची आणि मेहनतीची दखल घेण्यासाठी हा दिवस साजरा केला जातो.

इथिओपिया देशातून शेकडो वर्षांपासून प्रवासास निघालेल्या कॉफीच्या बिया आज जगभरातील घराघरात जाऊन पोहोचल्या आहेत. एककाळी कॉफी हे एक उच्चवर्गीय पेय म्हणून ओळखले जाई; पण आता ते सर्व स्तरांच्या घरांपर्यंत जाऊन पोहोचले आहे. पूर्वी चहाच्या लोकप्रियतेखाली बिचारी कॉफी कोपऱ्यात गेली होती; पण आता ती चहाच्या बरोबरीने टेबलावर येऊन बसली आहे.

२८

कॉफीवरील कविता

वेगवेगळ्या मासिकात आणि वर्तमानपत्रात छापून आलेल्या माझ्या लेखांबद्दल नेहमीच वाचकांच्या प्रतिक्रिया येत असतात. नुकतीच अशी एक प्रतिक्रिया माझ्या एका निनावी वाचकाकडून आली. ते पत्र पोस्टाने आल्यामुळे पुण्यातून आले आहे एवढेच मला कळू शकले. त्यात त्यांनी म्हटले आहे -

''मी तुमचे बहुतेक सगळे लेख वाचले आहेत. मला तुमचे सहजसोप्या भाषेत केलेले लिखाण खूप आवडते. ते वाचताना माझ्या एक गोष्ट लक्षात आली की कॉफी हे पेय माझ्याप्रमाणेच तुमच्याही विशेष आवडीचे आहे. तुम्ही बहुतेक सगळ्या लेखात कुठे ना कुठे कॉफीचा उल्लेख केलेला असतो व त्यावरून मी हा अंदाज केला. मी अधूनमधून आवड म्हणून कविता करत असते व त्यातलीच कॉफीवर केलेली एक कविता मुद्दाम तुम्हाला पाठवत आहे.''

कॉफी, कॉफी आणि कॉफी...

कपभर दूध आणि एक चमचा साखर
त्यात घालूया थोडी कॉफी पावडर!
मिसळताना तिचा तपकिरी रंग दुधामध्ये
हलकासा सुगंध दरवळतो नाकामध्ये.
उकळी येता ती दिसू लागते फेसाळलेली
गरम वाफेच्या अंतरंगात मिसळलेली
तिच्याबरोबर काहीच नको, ती एकटीच बरी
तिला आवडत नाहीत बिस्किटे वा खारी
नावात काय आहे असे आपण सगळेच म्हणतो,
पण कॉफीचे नाव ऐकताच तिच्या प्रेमात पडतो!
तिला घाईघाईत प्यायचं नसतं तर
हळुवार घोट घेत चवीचवीनं तिच्यात गुंतायचं असतं
मग बघा, ती कशी बोलू लागते आपल्याशी,
गप्पा मारताना ती ही मोकळी होते जराशी
पाऊस हवा, थंड हवी असं तिचं काहीच नसतं
प्रत्येक ऋतूत तिचं असणं हेच बहारदार असतं!
हवीहवीशी वाटते, थोडी गोड आणि थोडी कडवट
पण लागते लज्जतदार पिताना घोट घोट
हे सगळं मनापासून पटल्याने
येताय ना गप्पा मारायला कॉफीच्या सोबतीने?

खरंच, किती सुंदर कविता केली आहे! मला कवयित्रीचे खरे नाव कळले असते तर खूप छान वाटले असते आणि त्यांच्याबरोबर कॉफी पीत गप्पा मारायला तर नक्कीच आवडले असते...

लेखक परिचय

मृणाल तुळपुळे

बी कॉम, एल.एल.बी, डी.टी.एल
९८२२२९३६९०
mrinaltul@hotmail.com

- ऑईल पेंटिंग व प्रवास करण्याची आवड. गेली अनेक वर्षे विविध प्रकारच्या घंटा (Bells) जमवणे व त्याविषयीचा अभ्यास करण्याचा छंद. बेल्स या विषयावर लेखन व अनेक ठिकाणी सादरीकरण. देश विदेशातून आणलेल्या सुमारे साडे चारशे घंटा संग्रहात

- प्रवासवर्णन, खाद्यविषयक, ललित व बाल साहित्य असे ५०० पेक्षा जास्त लेख सकाळ, साप्ताहिक सकाळ, तनिष्का, लोकसत्ता, महाराष्ट्र टाईम्स, पुणे मिरर व माहेरमधून प्रसिद्ध. सकाळ एन.आय. ई. मध्ये दोन वर्षे, तनिष्कामध्ये ‘देश विदेश’ हे सदर एक वर्ष व लोकसत्ता चतुरंग पुरवणीत ‘डायनिंग टेबल’ हे सदर लेखन. सकाळसाठी अनेक पुस्तकांचे परीक्षण

- कॉफी डायरी आणि प्रवास, माझी खाद्यभ्रमंती, कहाणी चटणीची, हेल्दी शाकाहार, कहाणी सॅलेड व कोशिंबिरीची, गो वेगन, पाण्यावरची भटकंती आणि काठावरचे अनुभव ही पुस्तके प्रकाशित

- ‘कॉफी डायरी आणि प्रवास’ या २०११ मध्ये प्रकाशित झालेल्या पहिल्या पुस्तकास त्या वर्षीचा स्मिता पाटील पुरस्कार